महासत्तेच्या वाटेवर

युवराज कोरे

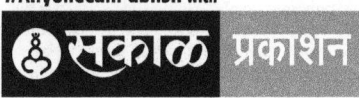

#AnyoneCanPublish with
सकाळ प्रकाशन

#AnyoneCanPublish with
सकाळ प्रकाशन

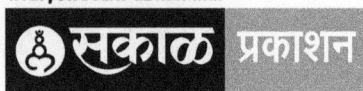

Mahasattechya Vatewar

© Yuvraj Kore, 2023

महासत्तेच्या वाटेवर

© युवराज कोरे, २०२३

प्रथम आवृत्ती :
एप्रिल २०२३

प्रकाशक :
सकाळ मीडिया प्रा. लि.
५१५, बुधवार पेठ, पुणे-४११ ००२

मुखपृष्ठ :
केशर कुंभवडेकर

मांडणी आणि मुद्रितशोधन :
सारद मजकूर, पुणे

ISBN : ९७८-९३-९५१३९-५०-२

अधिक माहितीसाठी :
०२०-२४४० ५६७८ / ८८८८८४९०५०
sakalprakashan@esakal.com

मला नेहमीच प्रोत्साहन देणारी

माझी आई रंगुबाई व वडील कै. शंकरराव कोरे

यांना अर्पण...

मनोगत

छत्रपती शिवाजी महाराज की जय!

'महासत्तेच्या वाटेवर' हे पुस्तक वाचकांच्या हाती देताना मला अतिशय आनंद होत आहे. आपण ज्या देशात-समाजात राहतो, त्या देशावर-समाजावर आपले प्रेम असले पाहिजे. ते तसे नसेल, तर मग आपल्या जीवनाला काही अर्थ राहात नाही. देश तुमच्यासाठी काही करत नसतो, तर तुम्ही देशासाठी काय करता हे महत्त्वाचे आहे.

पुस्तक लिहिण्यासाठी कुठूनतरी प्रेरणा मिळावी लागते. अशा दोन प्रेरणा मला मिळाल्या. ऑगस्ट १९८२ मधील गोष्ट आहे. त्यावेळी मी गावातील कॉलेजमध्ये बारावीत शिकत होतो. पंधरा ऑगस्टला स्वातंत्र्यदिनानिमित्त आमच्या गावातून हायस्कूल आणि कॉलेजची प्रभातफेरी ग्रामपंचायतीसमोरील झेंडावंदनाचा कार्यक्रम करून परत हायस्कूलकडे चालली होती. फेरीमध्ये सर्वांत पुढे काही मुलांचे बँडपथक आणि लेझीमपथक नेहमी असायचे. आमची बॅच सर्वात शेवटी होती. बँडपथक आमच्यापासून दूर निघून गेले होते. फेरीमध्ये टेम्पो आल्यामुळे सरांनी आम्हाला थांबा असा इशारा दिला होतो.

एका चौकात बारावीची मुले थांबली होती. जवळपासच्या एका घरातून एक विवाहित महिला आपल्या पतिराजाला रागाने व मोठ्याने म्हणत होती, "तुमचा भाऊ रेशन कार्डवरील सर्व धान्य दुकानातून घेतो. आपल्याला तो काहीच धान्य देत नाही. आपले कार्ड वेगळे करा, असे किती वेळा सांगितले आहे; पण तुम्ही काही करत नाही. तो वखारीचा मालक व किराणा दुकानदार तुम्हाला कामासाठी बोलावतात; परंतु तुम्ही जात नाही. लाकडे तरी फोडावीत, नाहीतर किराणा दुकानात तरी काम करावे. संसाराला हातभार लावावा. दिवसभर नुसते पत्ते-जुगार खेळता, सोबत बाटली आहेच. मीच उद्या रेशन दुकानदाराला भेटून तासगावला जाते, तुम्ही माझ्या जागी रानात कामाला जावा. पैसे बुडायला नकोत. संसार काय फक्त माझ्या एकटीचा आहे, तुमचा नाही?"

असे ती आपल्या पतीला म्हणाली असली, तरी या बोलण्याचा माझ्या मनावर मोठा आघात झाला आहे. त्यावेळेपासून समाजासाठी-देशासाठी काहीतरी करावे असे वाटू लागले; परंतु नेमके काय करावे हे समजत नव्हते. ते बोलणे या जन्मात तरी मी विसरू शकत नाही. आमच्या सावळज गावामधून दरवर्षी एक भोलेनाथाचे भक्त राजू ऊर्फ संदीप उनउने शंभर ते दोनशे भक्तांना काश्मीरमधील अमरनाथ यात्रेला घेऊन जातात. कोरोना यायच्या आधी मी राजूच्या ग्रुपमधून अमरनाथ यात्रेला गेलो होतो. तिथे गुहेमध्ये बर्फात

तयार झालेल्या भोलेनाथाच्या शिवलिंगाचे दर्शन घेऊन माघारी फिरलो. तिथून परत येताना अमृतसरमधील जालियनवाला बागेत गेलो होतो. सदर बाग पाहून बागेतील विहिरीजवळ मी पंधरा मिनिटे बसलो होतो. इंग्रजांनी येथे अन्याय अत्याचाराचा कळस केला होता. सभेसाठी जमलेल्या तरुण, वृद्ध, मुले, स्त्रिया या सर्वांवरती अमानुष गोळीबार केला होता. या बागेने मला देशभक्तीचा बूस्टर डोस दिला आहे.

बागेजवळील शीख समाजाचे पवित्र सुवर्णमंदिर, वाघा बॉर्डर येथील मिल्ट्रीची परेड, उदयपूर, जयपूर, वीर महाराणाप्रताप यांची युद्धभूमी हळदीघाट हे सर्व पाहून शेवटी जयपूर-पुणे विमानप्रवास करून परत गावी आलो.

या पुस्तकाचा हेतू समाज प्रबोधन करणे आहे, तर वाचकांची घटकाभर करमणूक करणे असा नाही. करमणुकीसाठी बाजारात इतर पुस्तके भरपूर मिळतात. समाजातील दुर्बल व गरीब घटकाला रेशनच्या धान्याची गरज पडते, म्हणून मी सर्वप्रथम रेशन कार्ड हे प्रकरण घेतले आहे. समाजातील अनेकांना नवीन, विभक्त, दुबार (फाटलेले व भरलेले) रेशन कार्ड कसे काढावे? त्यासाठी काय काय कागदपत्रे लागतात हे माहीत नसते. ते अनेकांना विचारत असतात. यासाठी रेशन कार्डबाबत सविस्तर मार्गदर्शन वाचकांना-समाजाला करण्यासाठी हा विषय मी प्रथम घेतला आहे.

समाजातील निवडक सामाजिक दहा प्रश्न मी पुस्तकात घेतले आहेत. सामाजिक प्रश्न सोडवण्यासाठी काय उपाययोजना कराव्या लागतील, त्या कोणत्या पद्धतीने केल्या पाहिजेत, याचे विश्लेषण मी पुस्तकात केले आहे.

असे केले तरच भारत महानतेच्या वाटेवर चालू लागेल. या पुस्तकात पुरंदर वाचकांशी-समाजाशी बोलणार आहे. तसा पुरंदर कोणाशी बोलत नसतो; परंतु लेखकाने वाचाशक्ती दिल्यामुळे तो बोलतो. तो तुम्हाला काय करावे व काय करू नये, तसेच सुखी जीवन कसे जगावे याचे तो मार्गदर्शन करणार आहे.

सदर पुस्तक समाजातील कोणत्याही गटावर-घटकावर, तसेच वैयक्तिक टीका-टिपणी करणारे नाही. तसा पुस्तकाचा हेतू नाही. समाजप्रबोधन करणे, समाजाला योग्य दिशा देणे, जीवन कसे सुखी करावे, देश महान कसा करावा याविषयी मार्गदर्शन करणारे आहे. विमानाला योग्य दिशा मिळाली नाही, तर ते भरकटते. त्यासाठी वैमानिक तज्ज्ञ असावा लागतो. सदर पुस्तकाबाबत वाचकांनी आपले अभिप्राय व सूचना पोस्टाने पाठवाव्यात किंवा ७२४९१६८००४ या व्हॉट्सअ‍ॅप नंबरवर पाठवाव्यात. म्हणजे पुढील आवृत्तीमध्ये तशा सुधारणा करता येतील.

जय हिंद! जय महाराष्ट्र!

- युवराज कोरे

भारत महान करण्यासाठी...

नुकताच आपण भारतीय स्वातंत्र्याचा अमृत महोत्सव मोठ्या थाटामाटात साजरा केला; पण स्वातंत्र्याच्या ७५ वर्षांत आपण काय कमावले आणि काय गमावले, याचा विचार आपण केला आहे का? स्वातंत्र्याचा खरा अर्थ आपल्याला उमगला आहे? आपण परिपूर्ण स्वातंत्र्याचा आनंद घेत आहोत? या सर्व प्रश्नांची उत्तरे प्रत्येक भारतीय नागरिकाला समाधानकारक अशी देता येणार नाहीत, हे वास्तव आहे. स्वातंत्र्यानंतर ७५ वर्षांनी आपल्या देशापुढील समस्या काय आहेत आणि त्या कशा सोडविल्या जाऊ शकतील याचा वेध मा. युवराज कोरे यांनी आपल्या 'महासत्तेच्या वाटेवर' या पुस्तकात सूक्ष्मपणे घेतला आहे. पत्रकारितेच्या क्षेत्रात त्यांनी अनेक वर्षं काम केले. त्यामुळे समाजातल्या तळागाळातल्या, वंचित वर्गाचे प्रश्न त्यांनी जवळून पाहिले आहेत. या पुस्तक लेखनात त्यांना या अनुभवाचा निश्चित उपयोग झाला आहे. एखादा देश महान असणे म्हणजे तो देश सर्वंकष प्रगतीच्या उंबरठ्यावर असणे होय.

आपला देश महान आहेच; पण काही विशिष्ट गोष्टी भारताला महान करण्यात अडसर ठरत आहेत. बेरोजगारी, गुन्हेगारी, व्यसनाधीनता, भ्रष्टाचार या अडसर ठरणाऱ्या काही प्रमुख गोष्टी होय. त्याचबरोबर सर्वसामान्य नागरिकांना रेशन कार्ड, शेतजमिनी संदर्भातील कामे, अपघाताची वाढती समस्या, विवाहाचे विविध प्रश्न तसेच लोकशाही समजून घेण्यातील अडचणी, पर्यावरणाच्या समस्या आणि गडकिल्ल्यांच्या ज्ञानासोबत छत्रपती शिवरायांच्या विचारकार्याचा आदर्श परिपाठ घालून देण्याचा एक सकारात्मक प्रयत्न मा. युवराज कोरे यांनी 'महासत्तेच्या वाटेवर' या पुस्तकातून केला आहे. देश तुमच्यासाठी काही करत नसतो तर तुम्ही देशासाठी काय करता, हे महत्त्वाचे आहे. ही भूमिका स्वीकारून प्रत्येक भारतीय नागरिकाला आपल्या न्याय, हक्क, कर्तव्यांची जाणीव करून देणारे कर्तव्यनिष्ठ लेखक मा. युवराज कोरे यांची आंतरिक तळमळ या पुस्तकातून जाणवते. त्यांनी आपल्या पुस्तकात मांडलेल्या उपरोक्त दहा सामाजिक प्रश्नांची सोडवणूक भारत महान करण्यासाठीचा यशस्वी प्रयत्न आहे. 'महासत्तेच्या वाटेवर' हे पुस्तक म्हणजे भारत खऱ्या अर्थाने महान करण्यासाठी केलेला अभिनंदनीय प्रयत्नच म्हणावा लागेल.

जय हिंद!

– प्राचार्य डॉ. राजेंद्र मोरे,
बळवंत कॉलेज, विटा.

अनुक्रम

रेशनकार्ड

सामान्य माणसाला जीवनात रेशन कार्डची गरज नेहमी पडते. अनेक सरकारी कामात रेशन कार्डची झेरॉक्स लागते. रेशन कार्ड नसेल, तर तुमचे सरकारी काम थांबू शकते. काही वर्षांपूर्वी सरकारने सर्वांना एकाच प्रकारचे रेशन कार्ड दिले होते. नंतर मात्र त्यामध्ये सुधारणा करून कुटुंबाच्या उत्पन्नाचे तीन गट पाडले. सर्वात कमी उत्पन्न असलेल्या गटाला पिवळे रेशन कार्ड दिले, मध्यम उत्पन्न असलेल्या गटाला केशरी कार्ड दिले. श्रीमंत गटाला पांढरे (शुभ्र) कार्ड दिले. पिवळ्या व केशरी कार्डावर दिल्या जाणाऱ्या धान्याचे दर वेगवेगळे ठेवले आहेत. शुभ्र रेशन कार्डाला धान्य मिळत नाही.

वाचक मित्रहो,

आपण आता रेशन कार्डविषयक सविस्तर माहिती घेऊ या.

अ. नवीन रेशन कार्ड कसे काढावे ?

तुम्ही भारतीय नागरिक असाल, तर तुमच्याकडे रेशन कार्ड असायलाच हवे. तुम्ही भारताचे नागरिक असल्याचा तो एक प्रकारचा पुरावाच असतो. त्यामुळे तुम्ही भारतामध्ये कोठेही राहत असलात, तरी तुम्हाला रेशन कार्ड हे काढून घ्यावेच लागते. आपण चारचौघांमध्ये बोलताना सहज म्हणत असतो की, 'माझे रेशन कार्ड आता फाटले आहे, भरलेले आहे, जीर्ण झाले आहे. त्यासाठी मी आता नवीन कार्ड काढणार आहे.' परंतु, सरकारी भाषेमध्ये याला 'दुबार कार्ड काढणे' असे म्हणतात. आपली भाषा व सरकारी भाषा यामध्ये असा फरक असतो.

'दुबार'चे पुढे पाहू या. त्याआधी नवीन कार्ड कसे काढायचे ते पाहू. नवीन कार्ड काढण्यासाठी तुम्हाला 'महा-ई-सेवा केंद्रा'मध्ये किंवा 'तहसील कार्यालया'मध्ये जाऊन एका स्टँप पेपरवर प्रतिज्ञापत्र लिहून द्यावे लागते. सदर प्रतिज्ञापत्रामध्ये 'माझे किंवा कुटुंबाचे

महाराष्ट्रामध्ये किंवा भारतामध्ये कोठेही रेशन कार्ड नाही' असे तहसीलदारसाहेबांना लिहून द्यावे लागते. त्यानंतर कुटुंबप्रमुखाचे आधारकार्ड, मतदारकार्ड, बँक पासबुक, गॅस पुस्तक, घराचा-ग्रामपंचायतीचा किंवा नगरपालिकेचा उतारा, तहसीलदार यांनी दिलेला उत्पन्नाचा दाखला, कुटुंबातील इतर सर्वांच्या आधारकार्डच्या झेरॉक्स, लहान मुले असतील तर त्यांचे जन्माचे दाखले लागतात. तसेच नवीन विवाह झालेली/झालेल्या सून/सुना असतील, तर तिचे/त्यांचे माहेरच्या तालुक्याच्या तहसीलदारांचे नाव कमी केल्याचा दाखलाही लागेल. आधारकार्ड सर्वांसाठी सक्तीचे आहे. कोणाचे आधारकार्ड नसेल, तर कार्डात नाव येऊ शकत नाही.

वरील सर्व कागदपत्रे, तसेच तुमच्या गावातील रेशन दुकानदाराचा कार्ड नसल्याचा दाखला, हे सर्व घेऊन तहसीलदार कार्यालयात जावे. तेथील महा-ई-सेवा केंद्रामधून किंवा झेरॉक्स सेंटरमधून नवीन रेशन कार्डचा अर्ज विकत घ्यावा. 'नमुना -१' असे अर्जावर लिहिलेले असते. हा दोन पानी अर्ज आहे. दुसरे पान कार्यालयीन टिपणीचे असते. या अर्जावर डाव्या बाजूला पाच रुपयाचे 'कोर्ट फी स्टॅंप'चे तिकीट लावावे. हे तिकीट स्टॅंप व्हेंडरकडे मिळते.

सदर अर्जामध्ये कुटुंबातील किती जणांची नावे पाहिजे आहेत, ती लिहावीत. त्यानंतर अर्जामध्ये सात कॉलमचा एक तक्ता आहे. त्यामध्ये अर्जदाराशी नाते, वय, वर्षे, नागरिकत्व, व्यवसाय व वार्षिक उत्पन्न, आधारकार्ड क्रमांक, बँक खाते क्रमांक इत्यादी माहिती बिनचूक भरावी. अर्जाच्या मागील बाजूस मोबाईल नंबर, गॅस विषयक व वार्षिक उत्पन्नविषयक साधारण माहिती भरावी. अर्जाच्या शेवटी खालील बाजूस 'अर्जदाराची स्वाक्षरी' असे लिहिलेले असते, तिथे सही करून तारीख लिहावी. निवासाविषयीचा कोणता पुरावा - घराचा उतारा, घरभाडे पावती किंवा वीज बिल यांपैकी जो जोडलेला असेल, त्या पर्यायासमोर 'बरोबर'ची खूण करावी. मागील पानावर असलेल्या कार्यालयीन टिपणीवरती काहीही लिहू नये. नंतर आपण लिहिलेल्या पानांची एक झेरॉक्स काढावी आणि सदर अर्ज तहसील कार्यालयात टपाल विभागातील क्लार्ककडे द्यावा. तो आपला अर्ज रजिस्टरमध्ये नोंद करून घेईल आणि तुम्हाला अर्जाच्या झेरॉक्सवर सही व शिक्का मारून पोहोचपावती देईल. ही झेरॉक्स म्हणजे तुमच्या अर्जाची पोहोचपावती असते. त्यासाठी रेशन कार्ड मिळेपर्यंत ती जपून ठेवावी. नंतर काही दिवसांनी पुरवठा विभागात जाऊन 'कार्ड कधी मिळेल?' याची चौकशी करावी. त्यांनी सांगितलेल्या दिवशी सही केलेली झेरॉक्स घेऊन जावी.

ब. विभक्त कार्ड कसे काढावे ?

समजा, तुमच्या कुटुंबामध्ये आई-वडील व तीन विवाहित मुले आहेत. तर अशा

वेळी यातील फक्त दोनच विवाहित मुले आपल्या कुटुंबाचे वेगळे कार्ड काढू शकतात. कायद्यानुसार एक मुलगा, आई-वडिलांच्या कार्डामधून वेगळा करता येत नाही. कोणताही एक मुलगा कायमस्वरूपी आई-वडिलांच्या कार्डामध्ये ठेवावा लागतो. आता इतर दोन मुलांची वेगळी (विभक्त) कार्ड काढायची असल्यास काय करावे, ते पाहू.

एकत्र कुटुंबामधून कार्ड वेगळे करायचे असेल, तर तुम्ही वेगळे राहत असल्याचा पुरावा म्हणजेच घराचा उतारा द्यावा लागतो. सदर उताऱ्यावरती तुमचे नाव असायला हवे. अशा वेळी तुमचे स्वतःचे घर नसेल व तुम्ही भाड्याच्या घरात राहत असाल, तर घरमालकाची 'घरभाडे पावती' लागते. घराचा उतारा किंवा घरभाडे पावती या दोन्हींपैकी एक पुरावा अत्यावश्यक आहे. त्याशिवाय तुम्हाला वेगळे कार्ड मिळू शकत नाही. नंतर महा-ई-सेवा केंद्रामध्ये जाऊन तुम्ही वेगळे राहत असल्याचे प्रतिज्ञापत्र तयार करावे लागते. वडील किंवा वडील नसतील तर आईने केंद्रामध्ये येऊन 'सदर माझा मुलगा वेगळा राहतो' असा जबाब द्यावा लागतो. नंतर त्या मुलाचा तहसीलदारांकडून घेतलेला उत्पन्नाचा दाखला, आधारकार्ड, मतदानकार्ड, बँक पासबुक, गॅस पुस्तक या सर्वांची झेरॉक्स त्या मुलाची पत्नी व मुले यांचे आधारकार्ड त्याची झेरॉक्स, अशी ही सर्व कागदपत्रे घेऊन तहसील कार्यालयात जावे. तेथून विभक्त कार्डाचा अर्ज घ्यावा. त्यामध्ये तुमचे, पत्नीचे व मुलांची नावे लिहून इतर आवश्यक माहिती भरावी. अर्जाचे दुसरे पान विभक्तची टिपणी असते, अर्जाला घराचा उतारा किंवा घरभाडे पावती जोडावी. गॅस वापरत नसल्यास तसा दाखला गॅस ऑफिसकडून घ्यावा आणि तो जोडावा. सर्व कागदपत्रे जोडून अर्ज टपाल विभागात द्यावा व वर सांगितल्याप्रमाणे त्याची पोहोचपावती घ्यावी. काही दिवसांनी तुमचा अर्ज चौकशीसाठी तुमच्या गावातील किंवा भागातील सर्कल अधिकारी (मंडल अधिकारी) यांच्याकडे येतो. तुम्हाला सर्कल ऑफिसमध्ये चौकशीसाठी बोलावले जाते. तिथे तुम्ही वेगळे राहत असल्याची व सर्व कागदपत्रांची छाननी केली जाते. तिथे तुमची व तुम्हाला ओळखणाऱ्या दोन साक्षीदारांची सही घेतली जाते. तुमचा जबाब व पंचनामा सर्कल अधिकारी तयार करतात. सदर अहवालावरती तहसील कार्यालयात जातो. या अहवालानुसार तुमचे वेगळे रेशन कार्ड तयार केले जाते. ते तुम्हाला दिले जाते; परंतु सदर कार्डाला लगेच धान्य मिळू शकत नाही. त्यासाठी कुटुंबाला धान्याचा लाभ मिळावा म्हणून परत तहसीलदार साहेबांना अर्ज करावा लागतो. त्यानंतर तुमचे नाव ग्रामपंचायतीकडे पाठवले जाते. तिथे ग्रामसभेचा ठराव घेऊन तुमचे नाव मंजूर करून ग्रामपंचायत तहसील कार्यालयाला पत्र पाठवते. नंतर तुमचे कार्ड धान्यासाठी मंजूर करून तुम्हाला एक ऑनलाईन नंबर दिला जातो. हा नंबर मिळाल्यावरच तुम्हाला धान्य मिळण्याची प्रक्रिया सुरू होते. सर्कल अधिकारी चौकशी नवीन कार्डाला पण लागू आहे. मात्र दुबार कार्डाला सदर चौकशी लागत नाही.

क. दुबार कार्ड कसे काढावे?

रेशन कार्डच्या सर्व प्रकारांमध्ये दुबार कार्डला कमीतकमी कागदपत्रे लागतात. तुमचे नेहमीचे कार्ड जर फाटलेले असेल, भरलेले असेल किंवा जीर्ण झाले असेल, तर 'दुबार' कार्ड मिळू शकते. दुबार म्हणजे 'दुसरे कार्ड' होय. यासाठी तहसीलदार साहेबांकडून मिळालेला वार्षिक उत्पन्नाचा दाखला, सर्वांच्या आधारकार्डची झेरॉक्स, घराचा उतारा हे सर्व दुबारच्या अर्जाला जोडावे व फाटलेले रेशन कार्ड पण जोडावे. तसेच रेशन दुकानदाराचा दाखलाही जोडावा. 'सदर कार्ड चालू आहे' असा दुकानदार दाखला देतो. सदर अर्ज टपाल विभागात जमा करून पोहोचपावती घ्यावी. सदर प्रकारामध्ये सर्कल अधिकारी चौकशीची गरज नाही.

अशा प्रकारचे कार्ड जलद मिळू शकते. हे नवीन कार्ड घेताना जुने कार्ड मात्र जमा करावे लागते. कार्ड मिळेपर्यंत पोहोचपावती दाखवून दुकानदाराकडून धान्य घेत रहावे.

घरामधील कोणाचा मृत्यू झाल्यास मृत्यूचा दाखला हा नाव कमी करण्याच्या अर्जाला जोडून, त्या व्यक्तीचे नाव कमी करता येते. विवाहित स्त्रीविषयी तिचे नाव कमी केल्याचा दाखला तिच्या माहेरच्या संबंधित तहसीलदाराकडून घ्यावा लागतो. सदर दाखला व आधार कार्डची झेरॉक्स जोडून ते नाव कार्डात वाढवता येते.

ड. बदली कार्डविषयक (ट्रान्सफर कार्ड)

पूर्वी गावाकडचे कार्ड मुंबईत किंवा कोठेही चालत नसे. त्यासाठी पुन्हा कागदपत्रे देऊन नवीन कार्ड काढावे लागत होते; परंतु आता केंद्र शासनाच्या नवीन धोरणानुसार कोणतेही चालू कार्ड भारतात कोठेही चालू शकते. त्यासाठी नवीन काही करावे लागत नाही. तशी व्यवस्था शासनाने तयार केली आहे. त्यामुळे बदली कार्डचा विषय आता निकालात निघाला आहे.

■■■

मी पुरंदर बोलतोय...

वाचक मित्रहो,

नमस्कार!

तसा मी कोणाशी बोलत नाही; परंतु मी आता तुमच्याशी बोलू शकतो. आज मी तुम्हाला सुखी जीवनाविषयी मार्गदर्शन करणार आहे. 'पुरंदर' हे इंद्राचे एक नाव आहे. वेदातील वर्णनाप्रमाणे शत्रूची पुरे म्हणजे नगरे उद्ध्वस्त करून जिंकून देणाऱ्या इंद्राला 'पुरंदर' असे म्हटले जाते. इंद्राच्या हातातील 'अमोघ अस्त्र' म्हणजे वज्र महादेवाला प्रसन्न करण्यासाठी इंद्राने पुरंदरावर तपश्चर्या करून महादेवाची पूजा केली. यामुळेच मला 'पुरंदर' म्हणतात. माझ्या शेजारी असलेल्या माझ्या धाकट्या भावाला 'वज्रगड' म्हणतात.

मी पुणे जिल्ह्यात राहतो. पुण्यापासून साधारण ४५ किलोमीटर व सासवडपासून फक्त ९ किलोमीटर अंतरावर मी उभा आहे. पुणे-सातारा महामार्गावरील कापूर-आहोळ गावापासून नारायणपूर या पायथ्याच्या गावी येता येते किंवा पुणे-सासवड-नारायणपूर असा मार्ग आहे. नारायणपुरात आल्यावर मी समोरच आहे.

स्वराज्याची राजधानी म्हणून छत्रपती शिवाजी महाराजांनी प्रथम माझी निवड केली होती. त्यावेळी मला अतिशय आनंद झाला होता; परंतु नंतर महाराजांनी ती जवळच्या राजगडावर नेली. धर्मवीर संभाजी महाराजांचा जन्म येथेच झाला. काळ कोणासाठी थांबत नसतो. आमच्या महाराजांचा काळ संपला. त्यानंतर संभाजी महाराज, राजाराम महाराज, पेशवाई व इंग्रज यांची राजवट संपली. त्यानंतर आपला देश स्वतंत्र झाला. प्रगतीच्या दिशेने चालू लागला. काही वर्षांपूर्वी भारतीय मिल्ट्रीरीचे ठाणे माझ्या ठिकाणी चालू झाले. त्यावेळी मला खूप आनंद झाला. स्वतंत्र झाल्यावर देशाची सेवा करण्याची मला संधी मिळाली. महाराजांच्या काळात महाराष्ट्रातील आम्हा सर्व गड-किल्ल्यांची भरभराट झाली होती. तेव्हा आम्ही सर्वजण महाराजांवर खूश होतो; परंतु हा पलीकडचा

राजगड माझ्याकडे नेहमी तिरक्या नजरेने पाहत असे. तो नेहमी माझ्यावर जळत असे. म्हणून एक दिवस मी महाराजांकडे लेखी तक्रार पाठवली. महाराजांनी तक्रार निकाली काढून मला एक पत्र पाठवले. पत्रामध्ये महाराजांनी मला सांगितले की, "तू व राजगड दोघेही स्वराज्याचे सरदार आहात. तुम्ही दोघेही एकमेकांकडे पाहू नका. राजगडाने समोर सिंहगड व पुण्याकडे पाहायचे, तर तू समोरचे नारायणपूर व सासवडकडे पाहत राहायचे." त्यावेळेपासून मी सासवड व नारायणपूर पाहत उभा आहे.

आता अलीकडे सैनिक माझ्याकडे राहायला आल्यावर राजगड माझ्यावर जास्त जळू लागला. कारण माझे महत्त्व वाढले आहे ना. महाराजांनी तेव्हा सांगितलेले त्याला अजूनही समजलेले नाही. तरी मी त्याला बजावले आहे, की सैनिकांचे ठाणे झाल्याच्या आनंदात मी पुण्यापर्यंत नाचत जाईन किंवा इकडे साताऱ्यापर्यंत नाचत जाईन, तू मात्र माझ्याकडे पाहू नकोस.

हे सर्व माझे झाले, आता तुमच्याविषयी बोलू या. वाचक मित्रहो, देश तुमच्यासाठी काही करत नसतो, तर तुम्ही देशासाठी काय करता, हे महत्त्वाचे आहे. 'स्वराज्य' आधी मिळवावे लागते. त्यानंतर त्याचे स्वराज्यामध्ये रूपांतर करावे लागते. तरच जनता सुखी होते. नोकरशाही व सरकार जर संवेदनशील असेल, तर जनतेला चांगले दिवस कसे येतात, त्याची एक कथा मी तुम्हाला सांगतो.

माझ्या पायथ्याला एक शेतकरी शेती करत असे. तो आपल्या शेतामध्ये ज्वारी, मका, भुईमूग आणि इतर भाजीपाला लावत असे. तो व त्याची पत्नी रोज चालत शेजारच्या वाडीतून शेतामध्ये यायचे. येताना जेवण घेऊन यायचे. दिवसभर दोघे पती-पत्नी शेतात काम करायचे. दुपारी एका झाडाखाली बसून जेवण करायचे. तो शेतकरी शेतात भरपूर भाजीपाला लावत असे; परंतु ती भाजी तो आपल्या जेवणात कधीही खात नसे. त्याचे जेवण अगदी साधे असे. कधी तो भाजीपाला जवळच्या सासवडला जाऊन विकत असे, तर कधी पुढे पुण्यात जाऊन विकत असे. एवढे करूनही संसाराच्या गाडीला पुरेसा पैसा मिळत नव्हता. त्याची आर्थिक ओढाताण चालू होती. कारण मुलगा पुण्यात शिकत होता. त्याच्या शिक्षणाचा खर्च त्याला परवडत नव्हता. मुलीचे शिक्षण तर त्याने आधीच बंद केले होते आणि आता तिच्या विवाहाच्या खर्चाची तयारी तो करत होता.

मला पाहण्यासाठी रोज अनेकजण येतात. माझ्याकडे येण्याचा रस्ता त्याच्या शेताजवळूनच जातो. एके दिवशी एक तरुण मोटार सायकलवरून त्या शेतकऱ्याच्या शेताजवळ येऊन थांबला आणि सिगारेट ओढू लागला. नंतर त्याने ती सिगारेट न विझवताच बाजूला शेतात फेकून दिली आणि निघून गेला. इकडे त्याने फेकलेल्या सिगारेटचा तुकडा त्या शेतकऱ्याच्या वैरणीच्या साठ्यावरती पडला. शेतकऱ्याने

वैरण एकावर एक रचून ठेवली होती. ती वैरण हळूहळू पेट घ्यायला लागली. त्यात वारा सुटल्यामुळे आग जास्तच भडकली आणि शेतकऱ्याची सगळी वैरण जळून खाक झाली. जवळपास कोणीही नव्हते. तो भाजीपाला घेऊन सासवडला गेला होता, तर त्याची बायको नारायणपुरात काहीतरी आणण्यासाठी गेली होती. वैरणीजवळच दुभत्या दोन म्हशी बांधलेल्या होत्या. आगीच्या धगीमुळे त्यांचाही मृत्यू झाला होता. शेतकरी आणि त्याची बायको घरी परत आले, तेव्हा हा सगळा प्रकार बघून ते दोघेही धायमोकलून रडू लागले. सहन करण्यापलीकडे त्याचे नुकसान झाले होते. त्यांचे रडणे पाहून मीही भावनिक झालो. माझे रडणेही मी आवरू शकलो नाही.

तसे माझे मन खंबीर आहे. महाराजांच्या वेळी स्वराज्यावर मोठे संकट आले होते, तेव्हा मी व माझा धाकटा भाऊ वज्रगड पोलादी छाती पुढे करून उभे होतो. दिलेरखानाचा भारी तोफखाना रोज आग सोडत असे. त्याचे लालबुंद गोळे आमच्या छातीवर आदळत असत. तो धूर, धूळ, आग आणि आवाजाने वातावरण धुंद होत असे. त्याच्या आक्रमणाला मी आणि माझा आवडता किल्लेदार मुरारबाजीने निकराने झुंज दिली; परंतु महाराजांनी तह केला. अशा संकटाला मी कधीही घाबरलो नाही, की रडलो नाही; परंतु आता या शेतकऱ्याचे नुकसान पाहून माझ्या अश्रूंचा बांध फुटला.

आता शेतकऱ्याने गावातील सरपंच आणि तलाठी यांना त्याच्या झालेल्या नुकसानाबद्दल सांगितले. तलाठ्याने शेतामध्ये जागेवर येऊन नुकसानीचा पंचनामा केला. तो रिपोर्ट सासवडला तहसीलदार साहेबांच्याकडे पाठवला. तिथून तो पुण्याला पाठवला. नंतर मंत्रालयातून मंजुरी मिळाल्यावर नुकसान भरपाईचा चेक तहसीलदारांमार्फत त्या शेतकऱ्याला मिळाला. सरकारी भरपाई मिळाल्यावर मात्र त्याला आनंद झाला.

आमच्या महाराजांचे नियम फार कडक होते. 'मावळ्यांनी किंवा सैनिकांनी शेतकऱ्याच्या भाजीच्या देठालाही हात लावू नये' असा त्यांचा सक्त आदेशच होता. मोहिमेवर किंवा कोठेही जात असताना घोडी पिकातून घालायची नाहीत, तर ती बांधावरून न्यावीत, म्हणजे पिकांचे नुकसान होणार नाही. कोणीही दारू पिऊ नये, तरीही प्यायल्यास त्याचा रायगडावरील टकमक टोकावरून कडेलोट होत असे. अशा नियमांनी सर्वजण बांधलेले असत. तेव्हा नियमच आदर्श होते.

तुम्ही तरुणांनी नोकरी, व्यवसाय किंवा शेती यापैकी काय करायचे ते ठरवा. सरकारी नोकरी करणार असाल, तर ती आपल्या देशासाठी - समाजासाठी करा. सरकारी नोकरी ही देशाची सेवा करण्याची उत्तम संधी असते. हे अनेकांना माहिती नसते. भ्रष्टाचार करून पैसे मिळवण्यासाठी नोकरीचा उपयोग करू नका. सरकारी नियमानुसार गरजेइतका पगार-पैसा नोकरीत मिळतो. पैसाच मिळवायचा असेल, तर व्यापार-व्यवसाय-कारखानदार-उद्योजक बना. कोणावरही अन्याय-अत्याचार केला असेल, तर त्यासाठी

कायदा सशक्त आहे. आपण लोकशाही देशात राहतो. न्याय मिळवण्यासाठी पोलीस खाते, कायदा, न्यायालय आणि सरकार हे सर्व आपल्या पाठीशी आहेत. त्यामुळे कायद्याची माहिती करून घ्या. अनेक तरुणांना शिकारीचा नाद असतो. शिकारीला बंदी आहे. विना परवाना कोणत्याही जंगलात जाऊ नका. कोणत्याही प्राण्याची हत्या करू नका. पूर्वी राजेलोक शिकार करत असत, तो काळ वेगळा होता. विना परवाना जंगलातून कोणतेही लाकूड आणू नका. ते बेकायदेशीर ठरेल आणि तुम्ही कारवाईस पात्र ठराल.

महाराष्ट्रामध्ये अनेक महापुरुषांची जयंती साजरी केली जाते. आपल्या महाराजांची तर तारखेतील फरकामुळे दोन वेळा जयंती साजरी केली जाते. जयंती महाराजांची असो किंवा इतर कोणाचीही असो, तुम्ही तरुण मंडळी मोठ्या कर्कश आवाजाचा डॉल्बी लावून गावभर-शहरभर नाचत असता. कोणाच्या घरात बीपीचे किंवा अन्य आजार असलेले पशंट असतात, कोणाच्या घरात मुले अभ्यास करत असतात. अशा आवाजाने एखादा पेशंट दगावला तर त्याला जबाबदार कोण? मोठ्या आवाजाचा त्रास तसा सर्वांना होत असतो; परंतु कोणी बोलत नाही. मिरवणूक काढायला हरकत नाही; परंतु त्याचा त्रास समाजाला होता कामा नये. डॉल्बीचा आवाज कमी ठेवावा किंवा डॉल्बी न वापरता बँडपथक, बेंजो किंवा लेझीम पथक वापरावे. यापेक्षाही सर्वात सुंदर जयंती साजरी करण्याचा मार्ग म्हणजे मंडळाने जेवणाचा कार्यक्रम ठेवावा. समाजातील गरीब मुलांना कपडे, विविध विषयांवरील पुस्तके मोफत वाटावीत. अशा प्रकारे चांगल्या मार्गाने जयंती साजरी करावी, तरच तुम्हाला महाराजांचे विचार समजले आहेत, असे म्हणता येईल. आमचे महाराज ज्याला समजले, तोच खरा माणूस आहे. त्यामुळे आजच्या मराठी तरुणांना महाराज समजणे खूप गरजेचे आहे.

तरुणाईकडून जयंती किंवा इतर कार्यक्रमांमध्ये लावलेल्या डॉल्बीचा आवाज इतका मोठा असतो की त्यापुढे दिलेरखानाच्या तोफांचा आवाज हलका वाटेल. तरुणाई त्यापुढे बेभान होऊन नाचते. नाचायला हरकत नाही; पण न पिता नाचा. डॉल्बीचा वापर करू नका. साधा स्पीकर वापरा. पोलिसांनी डॉल्बीला परवानगी देऊ नये. जयंती साध्या प्रकारे साजरी करा. मिरवणूक साधी काढा. जयंतीच्या दिवशी पुस्तके, कपडे व जेवण देण्याचे नियोजन करा. हीच महापुरुषांची जयंती साजरी करण्याची आदर्श पद्धत आहे. कोणतेही व्यसन करू नका. व्यसनापासून दूर रहा. कारण त्यामुळे तुमचे जीवन अवेळी संपून जाते. जीवन अमूल्य आहे. नोकरी-व्यवसाय-शेती तुम्ही करता ही एक प्रकारे देशाची-समाजाची सेवाच असते. ती प्रामाणिकपणे करा. हीच खरी जयंती असते.

मला पाहण्यासाठी देशातून-विदेशातून अनेक नागरिक येतात. माझ्याकडे येताना ओळखपत्र म्हणजेच आधारकार्ड, मतदानकार्ड घेऊन या. कारण येथे सैनिकांचे ठाणे

आहे. सुप्रसिद्ध खंडोबाचे जेजुरी मंदिर याच परिसरात आहे. सोनोरी व जेजुरीच्या मधल्या भागातून 'कऱ्हा' ही नदी वाहते. 'नीरा' नदी पुणे व सातारा जिल्ह्याची सीमारेषा आहे. नीरा नदी मला जवळ आहे. भीमा नदी माझ्यापासून दूर आहे. पुणे व शेजारच्या सातारा जिल्ह्यात पर्यटनस्थळे भरपूर आहेत. दक्षिण भारतामधील सुप्रसिद्ध श्री तिरुपती बालाजीचे प्रतिरूप माझ्यापासून जवळच केतकावळे या गावात आहे. अष्टविनायक मानल्या जाणाऱ्या आठ गणपती मंदिरांपैकी पुणे जिल्ह्यात पाच गणपती मंदिरे आहेत. तर मग तुम्ही कधी येताय, मला भेटायला?

मला वाचाशक्ती दिल्याबद्दल मी लेखकांचा खूप आभारी आहे. आणखी काय सांगू? आत्ता तरी माझे शब्द संपले आहेत, पण पुन्हा नक्की बोलू या!

■■■

शेतजमीन

मानवी जीवनात शेतजमिनीला अतिशय महत्त्व आहे. विवाहाच्या बाजारातदेखील 'मुलाला जमीन किती एकर आहे?' असे विचारले जाते. एकत्र कुटुंबामध्ये कुटुंब मोठे असेल, तर भावा-भावात जमिनीच्या वाटणीवरून वाद-भांडणतंटा होत असतो. समाजात जमिनीविषयक अनेक वाद होत असतात. कधी तो शेतात जाण्याच्या वाटेवरून असतो, तर कधी विहिरीतील पाण्याच्या वाटणीवरून किंवा पाळीवरून असतो, तर कधी शेजारच्या बांधावरून-हद्दीवरून असतो. कधी जमीन व्यवहारातील आर्थिक फसवणुकीमुळे असतो, तर कधी तो सातबाऱ्यावरील चुकीच्या नोंदीमुळे असतो. कधी बनावट मालकाने जमीन विकल्यामुळे असतो. जमीनीच्या वादासाठी अशी भरपूर कारणे आहेत. महत्त्वाचे म्हणजे कायद्याची माहिती नसल्यामुळे खटले वाढतात. जमिनीचे खटले दिवाणी न्यायालयात चालतात. सध्या आपल्या भारतात तालुका न्यायालयापासून ते थेट सर्वोच्च न्यायालयापर्यंत हजारो खटले निकालासाठी पडून आहेत. फौजदारी खटल्याचा आपण इथे विचार केलेला नाही. मोठ्या प्रमाणात खटले-दावे पडून असल्यामुळे त्याचा न्यायदानावर परिणाम होतो. मा. न्यायाधीशांची संख्या कमी असल्यामुळे निकाल कधी लागेल, ते सांगता येत नाही. निकाल लागेपर्यंत कोर्टाची फी, वकीलाची फी, येणे-जाणे प्रवास खर्च पक्षकाराला करावा लागतो. या सगळ्यामध्ये पैसा व वेळ भरपूर खर्च होतो. त्यामुळे अतिशय महत्त्वाचे कारण असल्याशिवाय कोर्टाची पायरी चढू नका. जमत असेल तर बैठक घेऊन वाद किंवा दावा गावपातळीवरच मिटवलेला कधीही चांगला. यासाठी आता लोकन्यायालय पण आहे.

शेतजमीन कशी मोजली जाते. गुंठा, आर हेक्टर व एकर म्हणजे नेमकी किती जमीन? सातबारा, खाते उतारा, फेरफार सिटी सर्व्हेचा उतारा, ग्रामपंचायतीचा उतारा याविषयी माहिती देणारी पुस्तके बाजारात असतात. तसेच युट्युबवरदेखील यांचे व्हिडिओ असतात; परंतु हे वाचणारा व पाहणारा इतरांना सांगत नाही. त्यामुळे या

महत्त्वाच्या विषयातील ज्ञानाचा समाजात प्रसार होत नाही. ज्ञान हे अमृत आहे. आता तर पीकपाण्याची मोबाईलवरूनच नोंद करायची आहे. हे काम आता तलाठी करत नाही. तरुणांनी मोबाईलवर 'पीकपाणी ॲप' डाऊनलोड करून घ्यावे व याविषयाचा युट्युबवर व्हिडिओ पहावा. काही अडचण असल्यास तलाठी कार्यालयात विचारता येऊ शकते.

अ. सातबारा

वाचक मित्रहो,

तुम्ही नेहमी तुमचा सातबारा पाहत असता. हा सातबारा आपण आता समजून घेऊ या. सातबाऱ्यावरती सर्वात वरती गाव व तालुका लिहिलेला असतो. डावीकडे भूमापन क्रमांक व गट क्रमांक कॉलममध्ये तुमच्या जमिनीचा सर्व्हे नंबर आणि त्यापुढे हिस्सा क्रमांक लिहिला जातो. धारणा प्रकार म्हणजे जमिनीचा मालकी हक्क कोणत्या प्रकारचा आहे. पूर्वी सरकारने जे लोक देवाची सेवा करतात, त्या देवस्थानला काही जमिनी, काही अटींवर दिलेल्या आहेत. सदर जमिनीची कोणालाही विक्री करता येत नाही. तसेच समाजातील काही तमाशा-नाटक-भजनीकार अशा कलाकार मंडळींना अटी घालून उदरनिर्वाहासाठी जमिनी दिलेल्या आहेत. सदर अटींचा भंग झाल्यास शासन या जमिनी परत घेऊ शकते. काही लोकांना जमिनी इनाम म्हणून दिलेल्या आहेत. जिथे काही शासकीय प्रकल्प आहेत. उदा. तलाव, रस्ता, कारखाना अशा जमिनीची भरपाई सरकार तुम्हाला रोख पैशांमध्ये किंवा इतर ठिकाणी जमिनी देऊन केली जाते. अशा जमिनीवर सरकारचे नाव असते. अशा प्रकारे जमिनीची सत्ता किंवा धारणा प्रकार कोणता आहे, ते तिथे लिहिले जाते. नंतर खाली भूमापन क्रमांकाचे स्थानिक नाव असते. प्रत्येक गावात किंवा शहरात प्रत्येक जमिनीला काही स्थानिक नाव असते. ते नावच त्या जमिनीची ओळख असते. त्यानंतर खाली लागवडीस योग्य क्षेत्र जिरायत-बागायत असते. काही जमिनी जिरायत-बागायत असतात, तर काही जमिनी केवळ जिरायत म्हणजे पावसावर होणारी शेती. अशा पिकाला पाणी देण्याची कोणतीही सोय नसते. बागायत म्हणजे विहीर किंवा बोअरमधून वर्षभर पिकाला पाणी देण्याची सोय असते. अशा शेतीला बागायत शेती म्हणतात.

सरकारने राज्यातील व देशातील सर्व शेतीचे, जमिनींचे, माळरानांचे सर्व्हे नंबर दिलेले आहेत. प्रत्येक जमिनीचा सर्व्हे झालेला आहे. त्यामुळे प्रत्येक सर्व्हे नंबरमधील जमीन किती हेक्टर व किती आर आहे, ते हेक्टर आरच्या रकान्यामध्ये लिहिलेले असते. सातबाऱ्यावरील एकूण जमीन एकर-गुंठे या परिमाणात न लिहिता ते हेक्टर व आर या परिमाणात लिहिले जाते.

आता खालील सूत्रे पहा. समजून घ्या. म्हणजे हेक्टर आणि एकरमधील व आर आणि

गुंठ्यामधील फरक काय असतो, ते तुम्हाला समजेल.

१ मीटर = १०० सेंटी मीटर

१ आर = १०० चौरस मीटर

१ हेक्टर = १०० आर

१ चौरस किलो मीटर =१०० हेक्टर

१ गुंठा = १०१.१७ चौरस मीटर

१ चौरस मीटर = १०.७६ चौरस फूट

१ एकर = ४० गुंठा

१ हेक्टर = २.५ एकर = १०० गुंठे

१ गुंठा = ३३x३३ फूट = १०८९ चौरस फूट

१ क्विंटल = १०० किलो ग्रॅम

१ टन = १० क्विंटल = १००० किलो ग्रॅम

काही जमीन पिकाऊ असते, तर काही खराब असते. खराब जमीनही वेगळी लिहिली जाते. त्यानंतर जमिनीचा आकार असतो. दरवर्षी सरकारला जमिनीचा शेतसारा द्यावा लागतो. त्याविषयी तो आकार असतो. बागायत पिकाला तो शक्यतो घेतला जातो. पुढे मालकाच्या नावाचा मोठा रकाना असतो. यात त्या गटामध्ये जे मालक आहेत, त्या सर्वांची नावे येतात. प्रत्येक नावापुढे ते नाव सातबारा सदरी मालकी हक्कामध्ये कसे आले, त्याचा फेरफार नंबर लिहिला जातो. तेथे नाव अनेक मार्गाने म्हणजे वारसाने, मृत्युपत्राने, बक्षीसपत्राने, खरेदीपत्राने, कोर्टाच्या निकालानुसार येऊ शकते. ते कसे आले, त्याचा स्वतंत्र फेरफार लिहिला जातो. प्रत्येक व्यवहाराला स्वतंत्र नंबर दिला जातो. जसा बँकेच्या प्रत्येक व्यवहाराला एक 'आयडी नंबर' असतो. आता सध्या ऑनलाईनच्या सातबाऱ्यावरती आणेवारीचे आकडे दिसत नाहीत; परंतु ते सातबारा मूळ पुस्तकामध्ये आहेत. तुम्ही जर जुना सातबारा पाहिला, तर तुम्हाला नावापुढे 'दोन आणे-तीन पैसे' असे काही आकडे दिसतील. असे दोन-तीन लिहिलेले असेल, तर त्याचा अर्थ त्या मालकाचा 'दोन आणे-तीन पैसे' हिस्सा आहे असा होतो. पूर्वी व्यवहारात एक रुपया म्हणजे सोळा आणे असे समजले जात होते. एक आणा म्हणजे बारा पैसे. सोळा आणा म्हणजे एक रुपया. १६x१२ = १९२ पैसे म्हणजे १६ आणे. म्हणजे एक रुपया एका सातबाऱ्यावरील. सर्व जमीन सोळा आणे किंवा १९२ पैसे मानली जाते. एका सातबाऱ्याच्या एकूण क्षेत्राला आणेचे पैमध्ये रूपांतर करून गुणावे व या गुणाकाराला १९२ ने भागावे. म्हणजे त्या मालकाची जमीन किती आहे ते समजते. मालकाच्या नावापुढे जर 'ए.कु.मॅ.' असे लिहिलेले

असेल, तर त्याचा अर्थ 'एकत्र कुटुंब मॅनेजर' असा होतो. पूर्वी या नोंदी होत्या. आता कमी झाल्या आहेत. वडिलांच्या मृत्यूनंतर मोठ्या मुलाचे किंवा आईचे नाव 'ए.कु.मॅ.' असे लागत असे. पुढील रकाना कुळाच्या नावाचा आहे. पूर्वी जमिनीचा मालक एक असे व जमीन दुसरा कोणीतरी कसत असे. जो जमीन कसतो, त्याचे नाव कुळ सदरी लागत असे. आता असे राहिलेले नाही. त्याच्या खाली 'इतर अधिकार' असे लिहिलेले आहे. इतर अधिकारात गटामधील कोणीही कर्ज काढले असल्यास त्याचे नाव, बँकेचे-सोसायटीचे-पतसंस्थेचे नाव, किती रक्कम कर्ज घेतले आहे, तो आकडा अशी सर्व माहिती इतर अधिकारात भरायची असते. बँकेने कोर्टाकडून जप्ती करून लिलाव केला असेल, तर तसा शेराही येथे लिहिला जातो.

सातबाऱ्याचा दुसरा मोठा भाग हा पीकपाणी नोंदीचा असतो. येथे कोणी ज्वारी, द्राक्षबाग, मका, भुईमूग, आंबा बाग, डाळिंब बाग लावली असेल, तर त्याच्या नावापुढे ते लिहिले जाते. उदा. समजा कोणी एक एकर द्राक्षबाग लावली असेल, तर '०.४० हे आर द्राक्षबाग' असे लिहिले जाते. कोणी नवीन बोअर मारले असेल, तर त्याची व विहिरीची नोंद येथे केली जाते.

ब. खाते उतारा

खाते उताऱ्यामध्ये सर्वात वरती खाते नंबर असतो. गाव, खातेदाराचे नाव, तालुका अशी माहिती वरती असते. खाते उतारा कधी स्वतंत्र एका माणसाचा असतो आणि खाते फुटले नसेल किंवा वाटणीपत्र झाले नसेल, तर एकत्र कुटुंबातील सर्वांचा एकच असू शकतो. पहिला रकाना फेरफारीचा अनुक्रम नंबर असतो. हा फेरफार म्हणजे नाव किंवा नावे कोणत्या अधिकाराने आली आहेत, याचा नंबर असतो. त्याच्यापुढे सर्व्हे किंवा गट नंबर असतो. पुढे क्षेत्र, हेक्टर, आर लिहिले जाते. खाते उताऱ्यावरती एका खातेदाराच्या, एका गावातील सर्व जमिनीचे सर्व्हे नंबर येतात. त्याची एकूण जमीन किती आहे, हे खाते उतारा सांगू शकतो. खाते उतारा स्वतंत्र किंवा समाईक असू शकतो.

क. फेरफार

'फेरफार' हे नावच सांगू शकते, की त्याचे काय काम आहे. जमिनीच्या प्रत्येक व्यवहाराला एक नंबर दिला जातो. एका गावासाठी हे नंबर असतात. समजा खातेदाराचा मृत्यू झाला, तर मागील वारसांचा एक फेरफार तयार होतो. जर तुम्ही कोणाची जमीन विकत घेतली, तर खूश खरेदीपत्राचा फेरफार तयार होतो. अशाच प्रकाचे बक्षीसपत्र, हक्कसोडपत्र, कोर्टाचा हुकूमनामा किंवा निकाल पत्र या सर्व कारणांमुळे नवीन फेरफार तयार होतात. फेरफारामध्ये फेरफाराचा विषय तपशीलवार लिहावा लागतो.

ड. सिटी सर्व्हे उतारा

सिटी सर्व्हे उतारा हा तुमच्या घराचा असतो. शेतजमिनीचा व याचा काहीही संबंध नाही. महाराष्ट्रामध्ये जवळपास सर्व गावांचा-शहरांचा सिटी सर्व्हे झालेला आहे. आता तर दोन हजारपेक्षा जास्त लोकसंख्या असलेल्या गावांचे सिटी सर्व्हे करण्याचे सरकारचे धोरण आहे. त्यामुळे अनेक गावांचे आता सिटी सर्व्हे रेकॉर्ड तयार झाले आहे. हा उतारा सातबाऱ्यापेक्षा सोपा आहे. यामध्ये घराच्या मालकाचे नाव असते. घराचा मालक एक किंवा अनेकजण असू शकतात. घराची जागा किती चौरस मीटर आहे, ते या उताऱ्यावर दिलेले असते. गावातील किंवा शहरातील प्रत्येक उताऱ्यावर दिलेले असते. गावातील किंवा शहरातील प्रत्येक उताऱ्याला एक नंबर दिलेला आहे. आता सर्व ऑनलाईन झालेले असल्याने नंबर सांगितला, की उतारा ग्राहक सेवा केंद्रामध्ये ऑनलाईन निघतो. ग्रामपंचायतीचा घराचा उतारा व सिटी सर्व्हेचा उतारा यामध्ये अनेक जणांना गैरसमज आहे. एकाच जागेचा ग्रामपंचायतीचा उतारा व सिटी सर्व्हेचा उतारा यांचे नंबर वेगळे असतात. इकडचा नंबर तिकडे चालत नाही.

इ. ग्रामपंचायत उतारा

प्रत्येक गावात ग्रामपंचायत असते. शहर असेल तर नगरपालिका, महापालिका, महानगरपालिका असते. ग्रामपंचायतीचा उतारा हा पण सिटी सर्व्हेसारखा स्वतंत्र किंवा एकत्र असू शकतो. यामध्ये अनुक्रमांक, वॉर्ड क्रमांक, मिळकत किंवा मालमत्ता क्रमांक, मालकाचे नाव किंवा नावे, झोपडीपासून ते मार्बल-ग्रेनाईटचा वापर करून बांधलेले घर, खुली जागा, व्यवसायाची जागा यांचे क्षेत्र, घरपट्टी, दिवाबत्ती, आरोग्यकर ही माहिती भरून उतारा दिला जातो. येथे घराची जागा चौरस फुटांमध्ये दिलेली असते. हे समजून घ्या. काही कोर्टाच्या किंवा बँकेच्या प्रकरणामध्ये जुने घराचे उतारे लागतात. जुन्या प्रकारच्या उताऱ्यांमध्ये जागा खणामध्ये असते. पूर्वी घराची जागा खणामध्येच सांगितली जात असे.

■■■

अपघात

जीवन सुखाने आणि सुरक्षित जगायचे असेल, तर समाजातील प्रत्येकाने वाहन आणि अपघात याविषयी माहिती व नियम समजून घेतले पाहिजेत. कारण अपघात हा असा विषय आहे, जो माणसाच्या जीवनावर खूप जास्त परिणाम करतो. तसेच या जगात अपघात कोणालाही माफ करत नाही. प्रवास करत असताना चालकाची एक चूक किंवा एक झोपेची डुलकी अनेकजणांचा बळी घेऊ शकते. जे लोक रोज वर्तमानपत्र वाचतात किंवा टीव्ही पाहतात, त्यांना माहीत असते की रोज कोठे ना कोठे, कमीतकमी एक गंभीर अपघात हा घडतच असतो.

आता आपण गावपातळीपासून अपघात कसे होतात व त्यावर काय उपाययोजना करावी लागेल, याचाही विचार करू या. ग्रामीण महाराष्ट्रामध्ये तुम्ही कोठे जरी गेलात, तरी अनेक गावातील व गावाकडे जाणारे रस्ते हे खराब असतात. कोठे मोठे खड्डे पडलेले असतात, तर कोठे पाण्याची पाईपलाईन आडवी गेलेली असते. तिथे चर तयार झालेली असते. कोठे रस्ता खचलेला असतो व डांबराचे तुकडे पडलेले असतात. बऱ्याचदा रस्ता अरुंद असतो. दोन्ही बाजूला झाडे वाढलेली असतात. काही झाडांच्या फांद्या वाहनाला घासत असतात. पावसामुळे साईट पट्टी व रस्ता यामध्ये फरक पडलेला असतो.

ग्रामीण भागात कोणत्याही गावात सायकल, मोटार सायकल, कार, जीप, टेम्पो, ट्रक, बस यांची नेहमी वाहतूक चालत असते. 'आरटीओ'चे लायसन्स नसलेली काही शाळकरी मुलेही मोटार सायकल वेगात चालवताना दिसतात. हा अतिशय धोकादायक प्रकार आहे. अशा शाळकरी चालकांनी वेगाच्या नादात कोणाला तरी धडक दिली व त्याचा दुर्दैवाने जीव गेला, तर त्याला जबाबदार कोण? असा अपघात झाला, तर पंचनामा, कोर्टकचेरी, पोलीस पुढे ठरलेले आहे. अशा प्रकरणामध्ये कोर्टात पालकांना जबाबदार धरले जाते. लायसन्स मिळालेले नसताना वाहन चालवू नये, असा कायदा आहे. शाळकरी मुलांनी आपले वय बसत असेल, तर 'आरटीओ'चे लायसन्स काढावे व

त्यानंतरच काळजीपूर्वक-सावधपणे वाहन चालवावे.

वाहन चालवताना रस्ता कसा आहे? त्याचा दर्जा काय आहे? त्याची रुंदी किती आहे? पायी जाणारे लोक, पाऊस, धुके तसेच कुत्रा, गाय, म्हैस, माकड व इतर प्राणी यांचे रोडवरचे चालणे व धावणे हे कसेही वेडेवाकडे असू शकते. वाहनाचा दर्जा या सर्व गोष्टींचा विचार करून काळजीपूर्वक, सावधपणे व जबाबदारीने चालकाने वाहन चालवले पाहिजे. तालुके व जिल्ह्याच्या ठिकाणांना जोडणारे रस्ते ग्रामीण भागापेक्षा मोठे असतात. येथे माल वाहतूक व प्रवासी वाहतूक मोठ्या प्रमाणात चालू असते. त्यामुळे अपघाताची शक्यताही वाढलेली असते. अशा मार्गावर नशापान करून वाहन चालवणारे चालक, अपुरी झोप झालेले चालक, चुकीच्यावेळी चुकीच्या पद्धतीने पुढील वाहनाला केलेला ओव्हरटेक, नियमापेक्षा जादा माल भरलेले वाहन, ब्रेक निकामी झाल्यामुळे, रात्रीच्या वेळी विरोधी दिशेने येणाऱ्या वाहनांचा प्रखर प्रकाशझोत पडल्यामुळे, रोडवरील खड्ड्यांचा अंदाज न आल्यामुळे, धोकादायक वळणावर रोड पावसाने किंवा तेल पडल्यामुळे रस्ता निसरडा झाल्याने, टायर गरम होऊन फुटल्यामुळे अशी अपघाताची अनेक कारणे आहेत.

प्रवास लहान असेल तर ठीक आहे; परंतु लांबचा प्रवास असेल तर त्याचे योग्य नियोजन करावे. कार किंवा जीपमधून जाणार असाल, तर प्रथम वाहन गॅरेजमधून तपासून घ्यावे. इंजीन, ब्रेक, टायर हे सर्व तपासून घ्या. लांबच्या प्रवासाची माहिती आपल्या जवळच्या नातेवाईकांना व मित्रांना मोबाईलवरून द्यावी. मोठा प्रवास शक्यतो दिवसा करावा. चालकाने पुरेशी झोप घेऊनच प्रवास सुरू करावा. कारमध्ये कोणी दुसरा चालक असेल, तर उत्तमच आहे. एकच चालक असेल तर ठरावीक दोनशे-तीनशे किमी प्रवास झाल्यावर थांबावे. विश्रांती घ्यावी. अशा वेळी टायर गरम झालेले असतात, ते थंड होऊ द्यावेत. लांबच्या प्रवासात टायर गरम होऊन फुटण्याची शक्यता असते. पाऊस व धुके असेल, तर प्रवास थांबवावा. कारण पावसात वाहन घसरू शकते. धुके असेल तर पुढचे नीट दिसत नाही. अत्यावश्यक असल्याशिवाय रात्री प्रवास करू नये. रोड ओळखीचा नसेल, तर रात्री चालकाचे अंदाज चुकू शकतात. मोबाईलवरच्या गुगलचा नकाशा पाहून वाहन चालवू नका. रस्ता चुकण्याची शक्यता असते. त्यापेक्षा रोडवरील स्थानिक नागरिकांना विचारून पुढे जावे. नेहमी स्थानिक माहिती असणे महत्त्वाचे असते. वाहनात 'एअर बॅग' असावी.

पुणे-बंगळुरसारखे अनेक राष्ट्रीय महामार्ग आपल्या देशात आहेत. राज्यमहामार्गापेक्षा यांची रुंदी मोठी असते. हा महामार्ग सहा किंवा आठ लेनचा असतो. आताच्या पुणे-बंगळुर महामार्गला समांतर नवीन पुणे-बंगळुर महामार्ग होणार आहे. या हायवेला विमान उतरण्याची ही सोय केलेली आहे. नवीन हायवेने अंतर व वेळ वाचणार आहे. अशा

महामार्गांवर येणारी वाहने व जाणारी वाहने यांची स्वतंत्र लेन असल्यामुळे वाहनाला समोरून कोणतेही वाहन धडकू शकत नाही. धडक झालीच तर ती मागून येणाऱ्या वाहनामुळे होऊ शकते. पण हायवेला जड माल वाहतुकीच्या वाहनासाठी वेगळी लेन व कार-जीपसारख्या वाहनांसाठी वेगळी लेन वापरावी लागते. यामुळे अपघाताचा धोका कमी होतो. हायवेवर उगीच वाहन थांबवू नका. पुणे-मुंबई एक्सप्रेस हायवेला पोलीस वाहनांना कोठेही थांबू देत नाहीत. इथे वेगमर्यादा पोलिसांनी ठरवून दिलेली असते. ठरवून दिलेल्या वेगाने व लेनमधून जड व हलक्या वाहनांनी प्रवास करायचा असतो. म्हणजे हा प्रवास जलद होतो. त्यामुळे फारसे कोठे थांबायची गरज चालकाला पडत नाही. अगदीच वाहन बंद पडले किंवा टायर पंक्चर झाले किंवा फुटले, तर वाहन हायवेच्या कडेला उभे करावे. त्याची माहिती पोलिसांना द्यावी. तसेच लवकरात लवकर वाहनाचे कामकाज करून पुढील प्रवासाला निघावे. हायवेला अपघात झालाच तर तो गंभीर होतो. कारण येथे सर्वच वाहने सुसाट वेगात असतात. येथे चालकाची एक चूकही अनेक जणांचा बळी घेऊ शकते. यासाठी कोणत्याही हायवेला वाहन चालवत असताना ते चालकाने काळजीपूर्वक, जबाबदारीने व सावधपणे चालवले पाहिजे. तरच तुमचा प्रवास सुरक्षित होईल.

मुंबई-पुणेसारख्या महानगरातील वाहतुकीला वेगाची मर्यादा असते. सर्व चौकात पोलीस असतात. तसेच सीसीटीव्ही कॅमेरे लावलेले असतात. त्यामुळे नियमभंग करणाऱ्या वाहनाचा फोटो घेऊन त्याला दंडाची पावती मोबाईलवर ऑनलाईन मिळते. हायवेपेक्षा महानगरात किंवा शहरात अपघात कमी होतात. कारण इथे वेगाची मर्यादा कमी असते. तसेच गर्दी असल्यामुळे वाहन वेगात जाऊ शकत नाही. शिवाय पोलिसांची वाहतुकीवर नजर असते.

राष्ट्रीय महामार्ग, राज्य महामार्ग, महानगरे, लहान-मोठी शहरे, जिल्हामार्ग, तालुकांतर्गत रस्ते, गावातील वाहतूक या सर्व ठिकाणची वाहतूक वेगवेगळ्या पद्धतीने चालत असते. वाहन चालकांनी ते समजून घ्यावे, तरच सुरक्षित प्रवास करता येईल.

भारतात कोठेही प्रवास करत असाल, तर पुढील सूचना व विषय लक्षात ठेवा. आपल्या वाहनाचा दर्जा चांगला असावा. त्यासाठी वाहन वेळोवेळी गॅरेजमधून तपासून घ्या. रात्रीचा प्रवास शक्यतो टाळा. कारण अपघाताबरोबर चोरी वाटमारीचीही शक्यता असते. लांबच्या प्रवासाची माहिती तुमच्या स्थानिक पोलिसांना, मित्राला व नातेवाईकांना द्या. लांबच्या प्रवासाचा नकाशा घरी बसून कागदावर तयार करा. त्यासाठी गुगलचा वापर केला तरी चालेल; परंतु वाहन चालवत असताना मोबाईलवर गुगल मॅप पाहू नका. ते अतिशय धोकादायक आहे. प्रवासात कोणाचा फोन आल्यास, वाहन एका बाजूला घेऊन थांबवावे, नंतरच फोनवर बोलावे.

आता रस्त्यावरील अपघात सोडून इतर अपघाताची माहिती घेऊ या. प्रथम शेतामधील अपघाताचा विचार करू या. कधी कधी शेतात डांबावरील विजेची तार तुटून खाली गवतात किंवा पिकामध्ये पडलेली असते. तिच्यावर चुकून कोणाचा पाय पडला, तर जागेवरच मृत्यू ठरलेला आहे. अशी तार तुटली असेल, तर जवळच्या महावितरण कार्यालयाला किंवा वायरमनला खबर द्यावी. तसेच काही जण शेतात, पंपाच्या पोलवरती विजेची पेटी असते, तिथे बल्ब जोडण्यासाठी ते वायरचे एक टोक एका फ्युजमधील तारेला जोडतात, तर दुसरे टोक तेथील न्यूट्रल तारेला जोडतात. तुम्ही जर प्रथम फ्युजमधील तारेला वायर जोडून नंतर न्यूट्रल तारेला वायर जोडू लागलात, तर शॉक बसलाच म्हणून समजा. यासाठी प्रथम न्यूट्रल तारेला वायर जोडावी. नंतर फ्युजमधील तारेला जोडावी व फ्यूज बसवावी. विजेचे कोणतेही काम करताना पायात चपला किंवा बूट असावेत. नेहमी टेस्टर जवळ ठेवावा. विजेचा पंप सुरू झाल्यावर पंपाला हात लावू नका. एक टेस्टर घेऊन पंप टेस्ट करा. पंप सुरू असताना कधी कधी पंपामध्ये वीजप्रवाह येऊ शकतो. त्यासाठी पंप सुरू असताना हात लावू नका. असे अपघात प्रत्यक्षात घडलेले आहेत.

भरपूर पावसाच्या भागात विहिरीला भरपूर पाणी असते. अशा भागात बोअर कमी आणि विहिरी जास्त असतात. अशा विहिरीतील पाण्यामध्ये कधी कधी वीजप्रवाह उतरतो. तो पंपांच्या पाईपमधून पाण्यात उतरतो. पाण्यात वीजप्रवाह उतरला आहे, हे तुम्ही कसे ओळखाल? त्याचे साधे निरीक्षण आहे. जर पाण्यामध्ये वीजप्रवाह उतरला असेल, तर पाण्यामधील जलचर मासे, खेकडा व इतर जीव मरून पाण्यावर तरंगू लागतात. असे आढळल्यास आधी वीजप्रवाह बंद करावा. पंपाची नीट तपासणी करून घ्यावी. कारण पंपामध्ये काही दोष आल्यास असे घडू शकते.

शेतामधील अपघाताचा आणखी एक विषय म्हणजे मळणी मशीन. सोयाबीन, गहू, ज्वारी या पिकाची मळणी करत असताना हाताने पीक मशीनमध्ये आत ढकलावे लागते. हे सावधपणे करावे लागते, नाहीतर मशीनमध्ये हात गेल्यास तुटण्याची शक्यता असते. असेही अपघात घडलेले आहेत. शेतातील महिला या मशीनवर काम करत असतात. मशीनच्या पट्ट्यामध्ये साडी अडकूनही अपघात घडू शकतो. इंजिनच्या ताकतीवर पट्टा किंवा बेल्ट फिरत असतो. त्यामध्ये काही अडकले, तर तेदेखील खेचले जाते. असेही अपघात घडून मृत्यू झालेले आहेत.

समुद्र पाहायला अनेकजणांना आवडतो; परंतु पावसाळ्यात समुद्राच्या जवळ थांबून लाटा अंगावर घेणे धोकादायक ठरू शकते. या दिवसात समुद्र खवळलेला असतो. वाराही वेगवान असतो. वीस-तीस फुटांच्या मोठ्या लाटा किनाऱ्यावर आदळत असतात. अशा लाटेत जर तुम्ही सापडलात, तर समुद्रात खेचले जाऊ शकता. असेही अपघात घडले आहेत.

वीजप्रवाह घरातही धोकादायक असतो. त्यामुळे त्याबाबतही काही गोष्टी तुम्हाला माहिती असायला हव्यात. वीजेचे कोणतेही बटन कधी ओल्या हाताने चालू-बंद करू नका. कोणत्याही बटनाला हात लावताना हात कायम कोरडा असावा. पावसाळ्यात जर भिंतीमध्ये पाणी मुरले असेल, तर ते बटनाच्या बोर्डमध्ये येऊ शकते. हे जिवाला धोकादायक ठरू शकते. अशा वेळी वायरमनला बोलावून सर्व ठीक करून घ्यावे. इस्त्री, हिटर सुरू ठेवून कुठे जाऊ नका. पोहायला येत नसेल, तर नदी, विहीर, शेत-तलावात उतरू नका.

अपघात हा मानवी जिवाचा शत्रू आहे. अपघात दुर्दैवाने कुठेही झाल्यास अपघाताचे नेमके ठिकाण, गाव, तालुका व जिल्हा यांची माहिती रुग्णवाहिका सेवेला द्यावी. तिथून ही माहिती पुणे शहरात जाते. तिकडून आपल्या भागातील जवळची रुग्णवाहिका अपघातस्थळी पाठवली जाते. रुग्णवाहिका बोलवायची असल्यास मोबाईलवरून १०८ (एकशे आठ) नंबरला फोन करून अपघाताची माहिती द्यावी. याविषयी पोलिसांची तातडीची सेवा हवी असल्यास ११२ (एकशे बारा) नंबरला फोन करावा.

■■■

पर्यावरण व शेती

आपला भारत देश इंग्रजांच्या राजवटीतून दि. १५ ऑगस्ट १९४७ रोजी स्वतंत्र झाला. नंतर आपल्या देशाचा कारभार लोकशाही मार्गाने चालू झाला. ग्रामपंचायत सदस्य, पंचायत समिती सदस्य, जिल्हा परिषद सदस्य, विधानसभा सदस्य, लोकसभा सदस्य या सर्वांना निवडून देण्याचा अधिकार प्रत्येक भारतीय नागरिकाला आहे. विधानसभा सदस्य म्हणजेच आमदार आपण निवडून देतो. या आमदारांमधूनच विविध खात्याचे मंत्री निवडून मंत्रिमंडळ तयार केले जाते आणि तेच राज्याचा कारभार चालवते. लोकसभा सदस्य म्हणजे खासदार आपणच निवडून देतो. या खासदारांमधूनच देशाचे मंत्रिमंडळ तयार होते आणि ते देशाचा कारभार पाहते. असा आपला लोकशाही मार्गावर चालणारा देश असूनही शेती व शेतकरी याची बिकट अवस्था अनेक कारणांमुळे झाली आहे. शेती व पर्यावरण हे एकमेकांत अडकलेले विषय आहेत. दोन्हींचा एकमेकांवर परिणाम होत असतो.

पर्यावरण हा जगापुढील गंभीर विषय आहे. हवामान आता खूप लहरी झाले आहे. वर्षभरात कधीही गारपीट, अवकाळी पाऊस, अतिवृष्टी, दुष्काळ, वादळे येत आहेत. यापुढेही हवामान लहरीच राहणार आहे. निसर्ग बदलला असल्याने शेतामधील पिकांचे नुकसान होत आहे. वाढत्या प्रदूषणाने पर्यावरण बिघडले आहे. आपण जर याकडे दुर्लक्ष केले, तर एक वेळ अशी येईल की आपल्या देशाला पुरेसे अन्नधान्य मिळणार नाही. धान्य आयात करावे लागेल. परदेशातून मिळाले तर ठीक, नाही मिळाले तर उपासमार होईल. आपल्या देशाची लोकसंख्या आता चीनशी बरोबरी करू लागली आहे. सध्या आपण एक कोटीच्या फरकाने कमी आहोत. जगाचे वाढते तापमान, वाहने व कारखान्यातून बाहेर पडणारा धूर, दूषित पाणी, वाढता प्लॅस्टिक कचरा, जंगलतोड, जंगलात लागणाऱ्या आगी या सर्व कारणांमुळे पर्यावरण बिघडून लहरी झाले आहे. त्यासाठी आपण पर्यावरणाचे नियम पाळले पाहिजेत, तरच शेतीचे उत्पन्न वाढेल.

वाचक मित्रहो, तुम्ही रोज वर्तमानपत्र वाचत असाल, तर तुम्हाला रोज कोठे ना कोठे शेतकरी आत्महत्या करत असल्याची बातमी दिसते. आपल्या देशात शेतकरी आत्महत्या का करत असावा? हा अतिशय महत्त्वाचा संशोधनाचा विषय आहे. सरकारने व समाजाने याबाबत गंभीरपणे विचार करण्याची गरज आहे.

शेती व शेतकरी सुधारला तरच आपला देश प्रगती करू शकतो. 'जय जवान जय किसान' ही घोषणा तुम्हाला माहितीच आहे. सध्या शेतकऱ्यापुढे अनेक अडचणी आहेत. शेतकरी आपल्या शेतात अनेक प्रकारची पिके घेतो; परंतु लहरी हवामानामुळे कधी अतिवृष्टी तर कधी दुष्काळ, गारपीट या संकटांमुळे त्याचे आलेले पीक वाया जाते. पीक येण्यासाठी अनेक प्रकारचे खर्च त्याला करावे लागतात. प्रथम बँकेचे किंवा सोसायटीचे कर्ज त्याला काढावे लागते. नंतर शेतात लागवड, मजुरी, खते, बियाणे, वीजेचे बील यावर खर्च करावा लागतो. नंतर त्यांच्या शेतमालाला गावात किंवा शहरात योग्य दर मिळाला तर ठीक, नाहीतर मग तो तोट्यात जातो. कर्जबाजारी होतो.

शेतीची प्रगती करण्यासाठी आपल्या देशातील सर्व शेतकऱ्यांना वार्षिक पाच टक्के (दरसाल दरशेकडा) दराने कर्जपुरवठा करावा. शेतकऱ्याने शेतीविषयक कोणतीही अवजारे खरेदी केली, तर त्यालाही हाच दर लागू पडेल. त्यामुळे शेतकऱ्याला बियाणे, खते व वीज सवलतीच्या दरात मिळावी. असे झाले तर शेती फायद्यामध्ये येईल आणि शेतकऱ्यांच्या आत्महत्या होणार नाहीत.

■■■

बेरोजगारी

लोकसंख्या जर अफाट वाढली, तर त्यामधून बेरोजगारी जन्माला येते. आणि बेरोजगारीतून गुन्हेगारी जन्माला येते. आपल्या देशाची लोकसंख्या सध्या एकशे एक्केचाळीस कोटींच्याही पुढे आहे. चीनच्या जवळपास भारताची लोकसंख्या आहे. लोकांना नोकरी-व्यवसाय-शेती असे कोणतेच हाताला काम मिळत नाही, याला बेरोजगारी म्हणतात.

लोकसंख्या वाढीवर नियंत्रण राहावे, लोकसंख्या वाढीचा भार देशावर पडू नये यासाठी सरकार 'कुटुंब नियोजन करा' असे जनतेला आवाहन करते. 'हम दो हमारे दो' ही शासकीय घोषणा यामधूनच जन्माला आलेली आहे. सरकारने असे प्रबोधन करूनही आपण लोकसंख्या वाढ रोखू शकलो नाही. याचे परिणाम आता दिसू लागले आहेत. सरकारी नोकरीला मर्यादा असते. सरकार सर्वांना सरकारी नोकरी देऊ शकत नाही. यासाठी बेरोजगारानींच व्यवसाय-शेती असे मार्ग धरले पाहिजेत.

सरकारी नोकरी मिळाली नाही म्हणून निराश होऊ नका. मानवी जीवन काय केवळ नोकरीनेच जगता येते असे थोडेच आहे. जीवन जगण्यासाठी व्यापार-व्यवसाय-कारखाना-उद्योग-शेती असे अनेक मार्ग आहेत. पण असे मार्ग पाहण्यासाठी तशी नजर हवी. अभ्यास हवा.

बेरोजगार तरुणांनो, तुम्हाला कोणता व्यवसाय करायला आवडेल, त्या व्यवसायाची सर्व माहिती पुस्तकामधून घ्या. बाजारात सर्व विषयावरची पुस्तके तुमच्या सेवेला हजर असतात. त्यासाठी प्रथम तुम्हाला व्यवसाय कोणता करायचा ते ठरवा. त्या व्यवसायाची सर्व माहिती घ्या. त्यानंतर बेरोजगारांसाठी शासकीय कर्ज योजना असतात, त्याची माहिती घ्या. 'मुद्रा योजना' किंवा इतर काही योजना व्यवसाय कर्जासाठी असतात. अशा योजनेमधून कर्ज घ्या व आपला व्यवसाय चालेल अशा योग्य ठिकाणी चालू करा.

याविषयी अधिक माहिती हवी असल्यास तुमच्या जिल्ह्यातील 'जिल्हा उद्योग

केंद्रा'ला भेट द्या. तेथील उद्योग निरीक्षकाकडून व्यवसायाची यादी घ्या. बँकेच्या कर्ज योजनेची माहिती घ्या. तुमची सेवा करण्यासाठी सरकारने त्यांची नेमणूक केलेली आहे. बेरोजगारांनी व्यापार-व्यवसाय करावा, त्याला चालना मिळावी यासाठीच हे कार्यालय आहे. तुम्ही कोणता व्यवसाय करणार आहात, त्यानुसार त्याला किती कर्ज मिळू शकेल व ते कोणत्या बँकेत मिळेल, याची सर्व माहिती या कार्यालयात मिळते. जर तुम्ही तुमच्या जिल्ह्याच्या ठिकाणापासून दूर राहत असाल, तर तुमच्या तालुक्याच्या पंचायत समिती कार्यालयात जावा. तिथे तुमच्या तालुक्याचे उद्योग निरीक्षक ठरावीक दिवशी येत असतात. तुमच्या तालुक्यात ते कधी येतात ते विचारा. त्यांची भेट घ्या व सर्व माहिती जाणून घ्या. प्रत्येक तालुक्याला 'व्यवसाय निरीक्षक' असतात. त्या तालुक्यातील सर्व बेरोजगारांची कामे करणे ही त्यांची जबाबदारी आहे. त्यासाठी प्रत्येक तालुक्यात जाणे हे त्यांच्यावर बंधनकारक आहे.

नोकरीत किती पैसे मिळू शकतात, हे हिशेब करून काढता येते. तसे व्यवसायामध्ये किती मिळतील हे काढता येत नाही. प्रामाणिकपणे व्यवसाय करा, त्यामध्ये प्रगती होते. ही देशाची-समाजाची सेवाच आहे.

समाजात वासुदेव, बहुरूपी, पिंगळा व इतर अनेक लोक आपली कला दाखवत फिरत असतात. अशा तरुणांना बँकेने एक लाख रुपये कर्ज विनातारण, विनाजामीन द्यावे. म्हणजे त्यांच्या उदरनिर्वाहाचा प्रश्न सुटेल. नंतर त्यांची व्यवसायातील प्रगती पाहून कर्जमर्यादा वाढवता येईल. असे केले तर बेरोजगारीचे प्रमाण कमी होईल. बेरोजगार तरुणांना व्यवसाय मिळेल.

∎∎∎

गुन्हेगारी

'गुन्हेगारी' हा आपल्या समाजातील एक गंभीर विषय आहे. तसाच तो मोठा सामाजिक प्रश्नही आहे. या प्रश्नामुळे देशातील सर्व पोलिसांना व सैनिकांनाही सावध राहावे लागते. आपला देश मोठा असल्यामुळे त्यांना भरपूर काम आहे. सध्या समाजामध्ये चोरी, दरोडा, वाटमारी, फसवणूक, मारामारी, खून यांचे प्रमाण वाढले असून चिंताजनक झाले आहे. मानवी जीवनात पैशाला फार महत्त्व आहे. सर्व विषयाचे नाटक करता येते; परंतु पैशाचे नाटक माणसाला करता येत नाही. पैसा नसेल तर तो जगू शकत नाही. समाजातील माणसाची किंमत तो किती धनवान आहे, यावरून केली जाते. तो किती हुशार आहे, त्याचे शिक्षण किती आहे, डिग्री कोणती मिळवली आहे, याला समाज फारशी किंमत देत नाही.

वाचक मित्रहो, तुम्हाला मी या प्रकरणामध्ये एका पोलीस पाटलाची कथा सांगणार आहे. या पोलीस पाटलाच्या मित्राचा मुलगा कुसंगतीमुळे अट्टल गुन्हेगार बनतो. लूटमार करतो. ते त्याला सुधारण्याचा प्रयत्न न करता, उलट त्याच्या गुन्ह्यांवर पांघरूण घालतात. असे कर्तव्याच्या आड प्रेम येता कामा नये. कर्तव्य वेगळे व प्रेम वेगळे हे सांगणारी ही कथा आहे.

पाच हजार लोकसंख्या असलेल्या एका लहान गावात सुनिल, अनिल व प्रकाश असे तिघे जिवलग मित्र राहत होते. त्या गावचा सरपंच सुनिल होता, तर पोलीस पाटील अनिल होता. प्रकाश साधा शेतकरी होता. त्याच गावामध्ये अजित व विजय हे दोघे चैनीखोर तरुण राहत होते. या दोघांचा 'लहानमोठी चोरी करणे' हा पेशा होता. गावातील कोंबड्या चोरणे, दारू पिलेल्या तळीरामाला लुटणे अशी कामगिरी दोघे जबाबदारीने करत असत. अशा कामांमुळे दोघांनाही पैशांची कमतरता नव्हती. दोघेही मजेत पार्टी करत असत. दारू पितो म्हणून तळीरामाला ते लुटत असत; परंतु या दोघांचीही पार्टी दारूशिवाय होत नसे. गावातील कोंबड्या चोरीला गेल्यावर गावातील नागरिक

पोलीस पाटलाकडे तक्रार करीत. पोलीस पाटील त्यांना सांगत, "मी तालुक्याच्या फौजदारसाहेबांना वर्दी दिली आहे. तपास चालू आहे." या गावापासून तालुक्याचे गाव तीस किलोमीटर दूर होते. एका टोकाला हे लहान गाव असल्यामुळे तालुका दूर होता. त्यामुळे कोंबडी चोरीची कोणी तालुक्याला जाऊन चौकशी करत नसे. सर्वांना पोलीस पाटलाचे बोलणे खरे वाटत होते. तर तळीरामाला लूटल्याविषयी तो कोणाकडे तक्रार करणार? त्याच्या तक्रारीवर कोणी विश्वास ठेवत नव्हते. त्यामुळे या दोघांचे ठीक चालले होते.

संजयचे वडील प्रकाश यांना 'बीपी'चा त्रास होता. तसेच ते मधुमेहाचे पेशंट होते. घरची गरिबी असल्यामुळे त्यांना शहरातील महागडे उपचार परवडत नव्हते. त्यामुळे गावातच त्यांचा मृत्यू झाला. वडील गेल्यामुळे संजय 'पोरका' झाला. शेतीची सर्व जबाबदारी संजयवर आली. संजयने शिक्षण बंद करून शेती करायला सुरुवात केली. अजित व विजय हे त्याच्या वर्गातीलच होते. या दोघांची गावातील कामगिरी संजय ओळखून होता; परंतु बोलायचे कोणाला? अनिलने संजयला सांगितले, "तू आता शेतीकडे लक्ष देत जा. काही अडचण असल्यास माझ्याकडे येत जा."

संजयला शेतामध्ये बोअर मारायचे होते. त्यासाठी पैशांची गरज होती. अनिलकडे पैसे मागायला त्याचे धाडस होत नव्हते. तो अजितकडे आला व पैसे मागू लागला. अजितचे हिंदी चित्रपटातील खलनायकाप्रमाणेच बोलणे व वागणे होते. तो संजयला म्हणाला, "हे बघ संजय, या जगात कोण कुणाला उगीच मदत करत नसतो. असा गरिबीत राहू नकोस. आमच्याबरोबर राहत जा, तुला भरपूर पैसे मिळतील." प्रथम संजयने याला नकार दिला. बोअरसाठी मदत करणारे त्याला गावात कोणी मिळाले नाही. त्यासाठी त्याने काही दिवस वाट पाहिली; परंतु कोणीही मदत करायला तयार नव्हते. त्याने अनिलकडे धाडस करून मदत मागितली, तेव्हा अनिल त्याला म्हणाला, "या वर्षी थांब. मी पण जरा अडचणीत आहे. पुढच्या वर्षी तुला सर्व पैसे रोख देतो" त्याच्या अशा बोलण्याने संजय नाराज होऊन अजितकडे गेला आणि त्याला थेट 'योजना काय आहे?' विचारले. झाले, दुसरे दिवशी गावापासून दूर डोंगरात एका पडक्या मंदिरात तिघांची बैठक बसली. अजित म्हणाला, "दोस्तहो, कोंबडी चोरून किंवा दारूड्या तळीरामाची लूटमार करून आपला खर्च भागणार नाही. तेव्हा काहीतरी नवीन कामगिरी करू." त्यावर विजय म्हणाला, "आपण विहिरीतील पंप चोरू व ते दुसऱ्या गावात जाऊन कमी दरात विकू या." यावर ज्ञानी अजित म्हणाला, "पंप चोरायला हरकत नाही; परंतु तो जड माल पाईपपासून सुटा करणे, नंतर तो मोटार सायकलवर बांधून विकायला दुसरीकडे नेणे हे जरा तापदायक काम आहे. त्यापेक्षा सोपे काम म्हणजे आपण गाय-म्हैस पळवू या आणि घरी आजारी पेशंट आहे, त्याचे

ऑपरेशन करायचे आहे. त्यासाठी पैशांची गरज आहे अशी थापही आपण लोकांना मारू शकतो. गाय-म्हैस पळवताना कुत्र्यांपासून तेवढे सांभाळून राहिले पाहिजे.'' ही योजना सर्वांना पसंत पडली. कारण फक्त दोरी धरून तर दुसरीकडे जायचे आहे. अशा प्रकारे सर्व योजना जबाबदारीने ठरवली. तसेच योजनेचे सूक्ष्म नियोजनही अजितने केले. झाले, गावाबाहेरील एका वस्तीवरून एका शेतकऱ्याची एक गाय व एक म्हैस रातोरात चोरीला गेली. तो शेतकरी पोलीस पाटील अनिलच्या घरी सकाळीच आला. अनिलने त्याची तक्रार रीतसर लिहून घेतली. त्याखाली खाली सही व अंगठा घेतला. अनिलने त्याला सांगितले की, "तुझी तक्रार मी फौजदारसाहेबांना देतो. लवकरच या प्रकरणातील आरोपी शोधून काढू. तसेच, तुझी जनावरे तुला परत मिळतील. आता घरी जा, काळजी करू नकोस. मी तुझी जबाबदारी घेतली आहे." असे सांगून अनिलने ओळखले, की या प्रकरणात अजित-विजयबरोबरच आपल्या संजयचाही हात आहे; परंतु आता हे कोणाला सांगायचे? संजय पुढे मागे सुधारेल, यामधून काहीतरी मार्ग काढता येईल, असा विचार करून अनिल शांत बसला. परंतु इकडे गावात व गावाबाहेर आठवड्याला जनावरांची चोरी होऊ लागली. गावातील लोक व बाहेरचे लोकही या चोरी प्रकरणाची चर्चा करू लागले. अनेक तक्रारी पोलीस पाटलाकडे येऊ लागल्या. पहिली चोरी होऊन तीन महिने झाले, तरी या प्रकरणाचा तपास लागत नव्हता. गावातील एका हुशार तरुणाने ओळखले, की हा पोलीस पाटील आरोपी चोरांना सामील असावा किंवा तो फौजदार साहेबाकडे गेलाच नसावा. तो नवीन चोरी झालेल्या एका तक्रारदाराला घेऊन तडक फौजदार साहेबांकडे पोलीस ठाण्यात गेला. तिथे तक्रार दिली. तसेच मागील चोरीच्या प्रकरणाविषयी तपासामधील प्रगती विचारली. फौजदारांना नवल वाटले. ते म्हणाले, "अहो, तुमच्या गावातील ही पहिलीच चोरी आहे. आमच्याकडे तुमची ही पहिलीच तक्रार आली आहे." नंतर त्या तरुणाने गावातील मागील तीन महिन्यातील चोरी प्रकरणांची माहिती दिली व लोकांची जनावरे परत करण्याविषयी मागणी केली. साहेबांनी त्यांना सांगितले की, 'या सर्व प्रकरणांचा तपास गतीने करू व चोरीची सर्व जनावरे परत करू.' लगेच साहेबांनी ते गाव कोणत्या बीटमध्ये येते, त्या हवालदाराला बोलावून पोलीस पाटलांना कामात दुर्लक्ष केल्याप्रकरणी एक नोटीस पाठवली. पोलीस पाटलाच्या गावापासून दहा किलोमीटरवर एक मोठे गाव होते. तिथे बीटची पोलीस चौकी होती. पोलीस स्टेशनच्या अंतर्गत जितकी गावे येतात, त्या सर्व गावांचे गट पाडलेले असतात. त्यालाच बीट म्हणतात. प्रत्येक बीटला एक हवालदार नेमलेला असतो. त्या बीटमधील सर्व प्रकरणे त्याच्याकडे असतात.

पोलीस चौकीतील हवालदाराने त्या पोलीस पाटलाला बोलावून घेतले आणि सांगितले, "गावातील चोरीची खबर आम्हाला का दिली नाही? तुम्ही मला सांगायचे

होते. साहेबांनी तुम्हाला ही नोटीस दिली आहे, तिचे उत्तर ताबडतोब पाठवा. नाहीतर तुमची पोलीस पाटीलकी जाऊ शकते." त्यावर "मी आजारी होतो", असे कारण अनिलने सांगितले. तसेच कोठून तरी आजारी असल्याचा सरकारी डॉक्टरांचा दाखला जोडून अर्जामध्ये आजारी असल्याचे लिहिले व तो अर्ज हवालदाराकडे दिला. या अर्जामुळे अनिलची पोलीस पाटीलकी जाऊ शकली नाही.

इकडे अजित, विजय आणि संजय हे तिघे गाव व परिसरातील जनावरे रातोरात पळवून ती लांबच्या बाजारात विकत. बाजारभावापेक्षा कमी दरात विकत असल्यामुळे अनेकजण विनाचौकशी ती घेत असत. कोणी काही विचारलेच, तर घरी पेशंट आहे, पैशांची गरज आहे ही थाप ठरलेली असे. अशा भारी कामगिरीमुळे तिघांकडे भरपूर पैसे येऊ लागले. त्यामधून खर्च व पार्टी होत असे. त्यामुळे तिघेजण खुशीत होते. अजित आणि विजयला घरी कोणी विचारीत नव्हते. ते आले काय आणि गेले काय, सगळे सारखेच होते. संजयची आई त्याला नेहमी विचारायची, "तू शेतात जात नाहीस. मित्रांबरोबर कुठे जातो, काय करतोस?" अशा वेळी संजय काहीतरी थाप मारायचा आणि वेळ निभावून न्यायचा.

साहेबांनी आता या चोरीकडे लक्ष द्यायचे ठरवले होते. त्यानुसार त्यांनी अनेक खबरी कामाला लावले होते. ते माहिती काढत होते. अनेक जनावरे विकल्यामुळे या तिघांकडे भरपूर पैसे आले होते. त्यामुळे गावाबाहेरील दूरच्या मंदिरात तिघांनी पार्टी आयोजित केली. जेवण आणि दारू घेऊन ते तिथे गेले होते. त्या मंदिरात कोणी सहसा जात नसे. जेवताना अजित दोघांना म्हणाला, "आपण आता जनावरांचा हा खेळ बंद करू या. कारण पोलीस आणि त्यांचे खबरी आपल्या मागावर आहेत." त्याला नशा चढली होती; परंतु त्यांचा मेंदू अजून काम करत होता. अजितचे चोरी-दरोडा या विषयाचे ज्ञान एखाद्या हेरालाही मागे टाकेल, इतके अगाध होते. पोलीस विचार करणार नाहीत, इतका विचार तो करत असे.

"मग आता काय करायचे ठरवले आहेस?", विजयने विचारले. यावर अजित म्हणाला, "पुढचे काही दिवस आता हे काम बंद ठेवू या. पोलिसांचे तर आपल्यावर लक्ष आहेच; शिवाय गावातील लोकांचेही आहे. त्यामुळे मी एका नवीन योजनेच्या शोधात आहे. एक सराफ आणि एक बँकेची गाडी माझे लक्ष आहे. हे जमले तर पुन्हा आपल्याला हे काम करण्याची गरजच भासणार नाही. त्याविषयी माझा अभ्यास चालू आहे. तोपर्यंत आपण आता एक महिना तरी कोणी कोणाला भेटायचे नाही. एक महिना झाल्यावर इथेच भेटायचे. पुढची कामगिरी मोठी आणि जबाबदारीची आहे. त्यामुळे ती गडबडीत करून चालणार नाही. त्यासाठीच मी सूक्ष्म नियोजन करत आहे." यावर इतर दोघांनी 'ठीक आहे' म्हणून एकमेकांचा निरोप घेतला. गावात तिघे एकदम जात

नसत. आताही ते पुढे-मागे गावात गेले. इकडे गावातील चोऱ्या अचानक थांबल्यामुळे गावाला बरे वाटले. पण चोरटे काही सापडले नव्हते. त्यामुळे पोलीस आणि खबरी यांनी आपले काम सुरूच ठेवले होते.

एक महिनाभर काही काम करायचे नसल्यामुळे संजयने आपल्या शेतीकडे लक्ष दिले. दिवसभर तो शेतात काम करायचा. आईला वाटले आता आपला मुलगा सुधारला आहे. कारण अजित-विजय गावात समोरासमोर आले तरी साधी ओळखही दाखवत नव्हते. याला अजितचे नियोजन कारणीभूत होते. आता सर्व काही तपशीलवार ठरवायचे होते. त्यासाठी त्यांनी भेटायचे ठरवले आणि खाण्यासाठी फक्त भजी-वडापाव-भेळ असे साधे पदार्थ घेऊन गेले. साधी पार्टी झाल्यावर अजितने सावकाश बोलायला सुरुवात केली, "मित्रहो, आपण केलेल्या नियोजनानुसार मी पुढील जबाबदारीची कामगिरी तयार केली आहे. सर्वांनी शांतपणे ऐका. कोणाला काही शंका-प्रश्न असतील, तर शेवटी विचारा. मी शहरातून एक गावठी पिस्तूल, एक तलवार, एक दुर्बीण आणि मोटार सायकल घेतली आहे. आपल्या तालुक्यातच, पण त्या बाजूला असलेल्या एका घाटात आपल्याला काम करायचे आहे. एक सराफ रोज आपल्या गावाजवळच्या घाटातून पिशवीतून सोन्याचे दागिने घेऊन दुसऱ्या गावात जात असतो. रविवार सोडून तो रोज जातो. त्याला सकाळीच घाटात लुटायचे. पिशवीत कमीत कमी एक किलो तरी दागिने असावेत, असा माझा अंदाज आहे. त्याचे दुकान मी पाहिले आहे. दुकानात कॅमेरे असल्यामुळे मी दुकान बाहेरूनच पाहिले आहे. तसेच घाटातून दोन-तीन दिवसातून एकदा बँकेची गाडी मोठी कॅश घेऊन एटीएम सेंटरकडे जाते. आपण थोडा वेळ तिची वाट पाहू या. आली तर ठीक, नाही आली तर परत कधीतरी ऑपरेशन करू या. गाडी घाटात दगड ठेवून थांबवायची. तशी नाही थांबली, तर मी टायरवर गोळीबार करून गाडी थांबवेन. गाडीत दोन बंदूकधारी असतात. त्यांना मी आणि विजय पाहून घेऊ. संजय, तू काठी घेऊन पुढे बसलेल्या तिघांना धाक दाखवायचा. चोरी करत असताना सर्वांनी मोठी कानटोपी घालायची. म्हणजे आपला चेहरा ओळखता येणार नाही, असे बघायचे. गाडीत अंदाजे पन्नास लाख रुपये तरी असावेत. आपल्याला सुरक्षा रक्षकांना मारहाण किंवा गरज पडली, तर गोळीबार करून कॅश पळवायची आहे."

यावर विजयने आपली शंका विचारली, "सराफाला लुटल्यावर सराफाचे काय करायचे? घाटात किती वेळ थांबायचे?" हा प्रश्न बरोबर होता. कारण दोन कामे लागोपाठ करायची होती. ती पण एकाच घाटात, एकाच ठिकाणी! काम तसे अवघड होते; परंतु अजितने नियोजन केले होते. तो म्हणाला, "सराफाला लुटल्यावर त्याला बेशुद्ध करून बाजूच्या झाडीत टाकायचे आणि त्याची गाडीही झाडीतच लपवायची. तो सकाळीच घराबाहेर पडला असल्यामुळे घरचे काही लगेच त्याचा तपास करणार

नाहीत. शिवाय तो परक्या गावात दुकान चालवतो. दुकान बंद राहिले म्हणून कोणी लगेच त्याच्या गावात जाऊन चौकशी करणार नाहीत. अजून एक गोष्ट म्हणजे गाव मोठे असल्यामुळे सराफाची इतर भरपूर दुकाने आहेत; तो त्याच्या गावात रात्री घरी परत गेला नाही, तर घरचे चौकशी करतील." अजितचा हा अभ्यास होता. "आपण एक-दोन तास गाडीची वाट पाहायची. संजय तुझी काही शंका आहे का? असल्यास आता विचार, नाहीतर लुटमार करताना मला विचारशील आता काय करू म्हणून? कारण या कामगिरीत तू भित्रा आणि नवीन आहेस. तरीपण तू जाड काठी घेऊन तयारीत राहा. वेळ पडलीच तर काठीचा उपयोग कर. अजून कोणाला काही शंका?" दोघे, "नाही" म्हणाले. नियोजन ठरले, दिवस ठरला, वेळ ठरली आणि ठिकाणही ठरले.

ठरलेला दिवस उगवला. त्या घाटात सकाळी आठलाच तिघेजण मोटार सायकलने पोहोचले. त्यांची गाडी त्यांनी बाजूला झाडीत लावली. गाडीच्या नंबर प्लेटला चिखल लावला. त्यामुळे नंबर ओळखता येत नव्हता. सकाळची सूर्यकिरणे घाटात पसरली होती. कोणाला सहज दिसणार नाही अशा ठिकाणी तिघे बसले होते. अजित दुर्बिणीतून घाटाखालच्या रस्त्यावर लक्ष ठेवून होता. बरोबर नऊ वाजता तो सराफ त्याला घाटाकडे येताना दिसला. तसे तिघेजण सावध झाले. एका वळणावर एका बाजूला अजित थांबला. दुसऱ्या बाजूला विजय आणि संजय थांबले. एक काळी दोरी रोडवर ठेवून त्याची दोन्ही टोके त्यानी धरली.

नेहमीचा रोड असल्यामुळे सराफ वेगातच घाट चढू लागला. तो वळणावर येताच तिघांनी दोरी वर उचलून धरली. वेगात आलेला सराफ त्या दोरीत अडकल्याने मोटर सायकल त्याच्या हातातून निसटली आणि तो रोडवर आपटला. आपटल्यामुळे त्याला मार लागला. लगेच अजित आणि विजय त्याला उचलून बाजूच्या झाडीत घेऊन गेले. तिथे रुमालावर औषध टाकून अजितने त्याला बेशुद्ध केले. औषध भारी असल्यामुळे तो सराफ कमीत कमी तीन तास तरी शुद्धीवर येणार नव्हता. तिथेच झाडीत अजितने आणि विजयने त्याला लपवले. तोपर्यंत संजयने त्याची गाडी झाडीत लपवली. अजितने लगेच तिघांचे शर्ट काढून एकत्र केले. सराफाच्या पिशवीतील दागिने आपल्या पिशवीत घेतले. नंतर तिघांचे शर्ट आणि सराफाची पिशवी जाळून टाकली. तिघेही नवीन शर्ट घालून पुढील कामगिरीसाठी तयार झाले आणि बँकेच्या गाडीची वाट पाहू लागले. तेवढ्यात संजयने विचारले, "शर्ट बदलायचे कारण काय?" त्यावर अजित म्हणाला, "शर्ट आपली ओळखीची मोठी खूण असते. आता बँकेचे काम झाल्याबरोबर आपण घातलेले हे शर्टपण जाळून टाकायचे आहेत. नंतर पहिल्यापेक्षा वेगळ्या कलरचे शर्ट सर्वांनी घालायचे. त्यामुळे आपल्याला ओळखताना त्यांची चूक होऊ शकते."

ते तिघेही बाजूच्या झाडीत गाडीची वाट बघत बोलत बसले होते. अजित दुर्बिणीमधून

घाटाखालचा रस्ता पाहत होता. एक तास झाला तरी गाडी आली नव्हती. आणखी एक तास वाट पाहून निघायचे त्याने ठरवले. गाडीची वाट पाहून तिघेजण कंटाळले होते; पण कामगिरी महत्त्वाची असल्यामुळे पर्याय नव्हता. अखेर अकरा वाजता गाडी घाटाकडे येताना दिसली. तिघेपण सावध झाले. घाटातून इतर वाहतूक तशी कमीच होती. वर्दळ फारशी नसल्यामुळे वाटमारीला ते अनुकूल ठिकाण होते. तिघांनी एका वळणावर दोन-तीन मोठे दगड ठेवले. मोठी कानटोपी घालून अजित गावठी पिस्तूल घेऊन उभा होता, तर विजयने तलवार घेतली होती. संजयच्या हातात जाड काठी होती.

बँकेची गाडी त्या वळणावर आली. समोर मोठे दगड पाहून चालकाने गाडी थांबवली. दगडावरून गाडी जाणे शक्य नव्हते. चालकाजवळ दोघेजण बसले होते. ते खाली उतरले आणि दगड बाजूला करू लागले. तेवढ्यात अजितने टायरवर नेम धरून टायर पंक्चर करून टाकले. गोळीबाराचा आवाज ऐकून एक सुरक्षारक्षक रायफल घेऊन बाहेर आला. त्याने अजितवर नेम धरायच्या आत अजितने त्याच्या मांडीत गोळी घातली. तो खाली कोसळला. विजयने त्याची रायफल ताब्यात घेतली. लगेच दुसरा सुरक्षारक्षक बाहेर आला. त्याच्या रायफलवर एक बार अजितने टाकला. रायफल उडून पडली. तीही रायफल विजयने ताब्यात घेतली. नंतर पुढील तिघांना आणि या दोन रक्षकांना बाजूच्या झाडीत नेऊन बांधून टाकले. शिवाय सर्वांच्या तोंडावर पट्टीही बांधली. गाडी ढकलून रोडच्या कडेला आणून लावली. गाडीतल्या पेटीत साठ लाख कॅश ठेवले होते. ते तिघांनी आपल्या पिशवीत भरले. परत बाजूला झाडीकडे जाऊन तिघांनी आपले शर्ट जाळून टाकले. बँकेच्या लोकांना दिसणार नाही, अशा जागी शर्ट जाळले. नंतर पैसे भरलेल्या सर्व पिशव्या घेऊन तिघांनी तिथून वेगवान पलायन केले.

इकडे बँकेची गाडी एटीएम सेंटरवर आली नाही. 'गाडी का पाठवली नाही?', असा गावातील बँकेच्या मॅनेजरने शहरातील मेन शाखेला फोन केला. तर त्यांनी गाडी शहरातून कधीच गावाकडे पाठवल्याचे सांगितले. घटनास्थळी बँकेची गाडी बराच वेळ उभी असल्याने तिथून ये-जा करणाऱ्यांना शंका आली. काही जणांनी तिथे थांबून गाडीत पाहिले असता गाडीत कोणीही नव्हते. त्यावेळी मोबाईल नव्हते. त्यांनी आसपास डोंगरात पाहिले असता काही जणांना बांधून ठेवल्याचे दिसले. त्यांनी बांधलेल्यांची सुटका केली. जखमी रक्षकाला शहरातल्या हॉस्पिटलमध्ये दाखल केले. इतरांनी पोलिसात जाऊन फिर्याद दिली. पोलिसांनी एफआयआर नोंद करून बँकेच्या त्या लोकांना घेऊन घटनास्थळी भेट दिली. तिथे पोलीस निरीक्षक आणि फौजदारांनी घटना स्थळाची बारकाईने पाहणी केली. एका झाडाखाली साहेबांनी पंचनामा तयार करण्यासाठी बैठक बसवली. बँकेच्या वाहनावर दरोडा पडला होता. तसेच, एका सुरक्षारक्षकावर गोळीबार झाला होता. प्रकरण गंभीर होते. साहेबांनी एका पोलिसाला

गावात जाऊन बँक मॅनेजरला घेऊन येण्यास पाठवले. पोलीस गावात आल्यावर घाटात मोठा दरोडा पडल्याचे गावाला समजले. मॅनेजर, तो पोलीस आणि गावातील अनेकजण घाटात आले. सकाळी झाडीत टाकलेला सराफ शुद्धीवर आला. काही पोलीस डोंगरात सगळीकडे फिरत होते. एका पोलिसाला तो सराफ दिसला. त्याला चालता येत नव्हते. दोघा पोलिसांनी त्याला उचलून नेऊन साहेबांच्या समोर उभे केले. त्याने सकाळची सर्व घटना साहेबांना सांगितली. पोलिसांनी त्याची तक्रार लिहून घेतली आणि त्याला शहरातल्या हॉस्पिटलमध्ये दाखल करण्यासाठी काही पोलीस घेऊन गेले. सराफाला घेऊन शहरात आलेल्या पोलिसांनी डीवायएसपी आणि एसपी साहेबांना फोन करून दोन दरोडे लागोपाठ पडल्याचे सांगितले.

इकडे साहेबांनी गावातील मॅनेजरला विचारले, "गाडीत किती रुपये होते?" मॅनेजर म्हणाले, "कमीत कमी पन्नास लाख रुपये तरी गाडीत असावेत." त्यावर साहेब म्हणाले, "अंदाजे आकडा नको, पंचनामात बरोबर आकडा लिहावा लागतो." साहेबांनी एका पोलिसाबरोबर मॅनेजरला परत गावातील बँकेत पाठवले आणि फोन करून अचूक रक्कम विचारायला सांगितले. गावात जाऊन फोन करून मॅनेजर परत आले आणि त्यांनी अचूक 'साठ लाख रुपये' असल्याचे सांगितले. हे साठ लाख रुपये आणि सराफाचे एक किलो दागिने, त्यांची साधारण किंमत पन्नास लाख रुपये होती. या दोन प्रकरणांमध्ये एक कोटी दहा लाख रुपये गेले होते. प्रकरण खूप गंभीर होते. पोलिसांनी घाटात सराफ आणि बँकेच्या वाहनावर अज्ञातांनी दरोडा टाकल्याचा गुन्हा नोंद करून घेतला. परत एकदा फौजदार साहेब आणि आलेल्या सर्व पोलिसांनी डोंगर, घाट पालथा घातला. एके ठिकाणी काहीतरी जाळले गेले होते. पोलिसांनी त्याचे फोटो घेतले. घटनास्थळाचे सर्वच फोटो घेतले गेले. वरिष्ठ अधिकारी तिथे आले. त्यांनी घटनास्थळ पाहिले, ती गाडी पाहिली. त्यांनी काही खास सूचना पोलीस निरीक्षकांना केल्या आणि ते निघून गेले.

पोलिसांनी जखमी सुरक्षारक्षक, दुसरा सुरक्षारक्षक, गाडीतील चालक आणि इतर दोघेजण, तसेच गावातील मॅनेजर, शहरातील मॅनेजर, वर्दी देणारे नागरिक आणि सराफ या सर्वांचे जबाब सविस्तर नोंदवून घेतले. शहरातील मॅनेजरकडून गाडी नंबर, गाडीतील रक्कम, गाडी कोणकोणत्या गावात पैसे देण्यासाठी जाणार होती ती गावे अशा सर्व माहितीची नोंद घेतली. पोलिसांचा तपास आता वेगाने सुरू झाला. शिवाय त्यांचे सर्व खबरीही कामाला लागले.

इकडे तिघेजण मोठी रक्कम घेऊन डोंगरात एका पडक्या मंदिरात लपून बसले. आता त्यांना त्यांच्या गावात जाता येत नव्हते. तसे करणे धोक्याचे होते. बाहेरच्या गावात कोठेतरी अज्ञात ठिकाणी राहावे लागणार होते. अजित मंदिरात बसून विचार

करू लागला, की आता पुढे काय करायचे? असे आता लपूनछपून डोंगरात राहायचे, की दूर कोठेतरी पैसे घेऊन पळून जायचे. दोन दिवस डोंगरात राहून नंतर दूर कोठेतरी जावे असा तो विचार करू लागला. तिथे येतानाच ते जेवण, पाणी, चादर, सतरंजी घेऊन आले होते. रात्र झाली होती. तिघेही भरपूर नशापान-जेवण करून तिथेच ढाराढूर झोपले. अजितने आपले भरलेले पिस्तूल जवळच ठेवले होते. विजयने आपली तलवार उशालाच घेतली होती आणि संजयनेही आपली काठी जवळ ठेवली होती.

सकाळ झाली. तिघेजणही नऊ वाजता उठले. सर्व आवरून पुन्हा तिघांची बैठक बसली. विजय म्हणाला, "या तालुक्यात राहणे धोक्याचे आहे. पोलीस आपल्या मागावर आहेत. आपण आता पैशाची वाटणी करून तिघे वेगवेगळ्या दिशेला पळून जाऊ या. एकत्र कोठे गेलो, तर संशयावरून पकडले जाऊ." विजयचे विचार बरोबर होते. अजितला ते पटले. त्याने सर्व पैशांची तिघांत वाटणी केली. संजय म्हणाला, "मी जवळच्या गावातून जेवण-नाश्ता घेऊन येतो. शेवटचे एकत्र जेवू या. पुन्हा आपली भेट होईल किंवा कदाचित होणार नाही." यावर अजित म्हणाला, "सावधपणे मोटार सायकलने गावात जा. हॉटेलमधून नाश्ता घेऊन ये. पण हुशारीने जा." संजय जवळच्या गावातील एका हॉटेलात गेला. तिथे त्याने पुरी-भाजी, वडा-पाव आणि भजी बांधून घेतले. एका पिशवीत ते ठेवले आणि परत डोंगराच्या दिशेने निघाला. तिघांच्या दुर्दैवाने त्याच हॉटेलमध्ये एक पोलिसांचा खबऱ्या बसला होता. तो नाश्ता करत होता. सहज त्याचे लक्ष संजयकडे गेले होते. संजयने तिघांना पुरेल इतका नाश्ता घेतला होता. इतका नाश्ता घेऊन हा सकाळी कोठे चालला असावा, असा प्रश्न त्याला पडला. त्याने लगेच गावातील चौकीत येऊन साहेबांना फोन लावून ही गोष्ट सांगितली.

साहेबांनी लगेच दोन फौजदार आणि दहा रायफलधारी पोलीस घेऊन बातमीदाराने सांगितल्यानुसार ते गावाकडे निघाले. गावात येऊन ते बातमीदाराला भेटले. एकजण भरपूर नाश्ता घेऊन डोंगराकडे गेला असून तो संशयित वाटत असल्याचे बातमीदाराने साहेबांना पोलीस चौकीत सांगितले. त्यावर साहेब म्हणाले, ''ठीक आहे. हा धागा पुरेसा आहे. पाहू या कोण आहे तरी तो.'' झाले, साहेब दोन फौजदार आणि दहा पोलीस असे तेराजण पोलीस जीपमधून डोंगराच्या दिशेने निघाले. वाटेत अनेक ठिकाणी पोलिसांनी त्या मोटार सायकलस्वार तरुणाची चौकशी केली. वाटेत एका हुशार तरुणाने आमच्या गावातून एक पिशवी असलेला मोटार सायकलस्वार तिकडे डोंगराच्या दिशेने गेल्याचे सांगितले. त्यामुळे साहेबांचा संशय वाढला. पण हा तरुण कोणी इतरही असू शकतो, कारण सकाळी दोघातिघांचा नाश्ता घेऊन डोंगराकडे जाणे हा काही कायद्याने गुन्हा नाही. परंतु खरे-खोटे तपासावे लागते. पोलिसांना सूर्यावरदेखील शंका घ्यावी लागते. पोलीस स्टेशनच्या खिडकीतून ऊन आत आल्याशिवाय सूर्य खरा आहे असे

बोलता येत नाही. साहेबांनी अंदाजाने डोंगराकडे जीप नेली. पोलीस जीप एका ठिकाणी उभी करून सर्वजण डोंगराच्या दिशेने चालू लागले.

इकडे संजय नाश्ता घेऊन मंदिराकडे आला. तिघांनी नाश्ता करून घेतला. पाणी प्यायले. नंतर आपण भेटणार की नाही ते आता सांगता येत नव्हते. त्यामुळे सर्वजण भावनिक झाले होते. पण भरपूर पैसे मिळाल्यामुळे आनंदात होते. आता त्यांना वेगाने पलायन करून पोलिसांपासून दूर जाणे गरजेचे होते. पोलीस तपासही जोरात सुरू होता. त्यामुळे ते सावध होते. अचानक जवळच्या झाडावरून टिटवी जोरजोरात ओरडू लागली. त्या आवाजाने तिघेजण मनातून दचकले; परंतु तसे न दाखवता ते एकमेकांचा निरोप घेऊ लागले. अचानक पाच-सहा रायफल आणि पिस्तुलातून सुटलेल्या गोळ्या ते उभे असलेल्या आसपासच्या झाडीत घुसल्या. तसा अजित सावध झाला आणि या दोघांना म्हणाला, ''तुम्ही आत मंदिरात लपा. मी पाहतो पोलिसांना.''

साहेबांनी आणि फौजदारांनी जरा लांबूनच या तिघांना ओळखले होते. मोटार सायकल मंदिराच्या बाहेरच पायवाटेवर होती. तिच्या नंबरप्लेटला चिखल लावलेला होता, हे साहेबांनी दुर्बिणीमधून पाहिले. तसेच तिघांच्याही पाठीवर पिशव्या होत्या. त्यामध्ये पैसे असावेत हे साहेबांनी ओळखले. एका फौजदाराने लहान स्पीकरवरून त्यांना शरण येण्यास सांगितले. पण अजित काही शरण येणार नव्हता. त्याने बाजूला होऊन गोळ्यांची एक पिशवी काढली. पिशवीत तीस गोळ्या होत्या. त्याने पिस्तूल भरले आणि पोलिसांच्या पथकावर बेधडक गोळीबार करू लागला. तसे पोलीसही सावध झाले. त्यांनी झाडीचा आधार घेऊन गोळीबार सुरू ठेवला. परंतु एक गावठी पिस्तूल विरुद्ध सरकारी तीन पिस्तूले आणि दहा रायफली. त्यामुळे असा किती वेळ गोळीबार चालणार? मंदिराची जागा जरा उंचावर होती, तर पोलिसांचे पथक जरा खाली होते.

तिघांमध्ये अजित आणि विजय हे बेडर-धाडसी होते. पोलिसांच्या पथकामध्ये एक पोलीस जरा भित्रा होता. गोळीबारात अजितची एक गोळी त्याच्या पायात शिरली, तसा तो "मेलो मेलो. मला वाचवा", असे ओरडू लागला. लगेच दुसऱ्या पोलिसाने त्याला दटावले. "ओरडू नकोस. पायात तर गोळी लागली आहे. पायात गोळी लागली म्हणून कोणी मरत नाही." त्याने जखमी पोलिसाला जरा बाजूला झाडीत नेले. प्रत्येकाला आपला जीव अतिशय प्रिय असतो. अजितकडच्या सर्व गोळ्या संपल्या. आता शरणागतीशिवाय पर्याय नव्हता. पळून जावे तर डोंगरात तो एकच मार्ग होता. अजित आतल्या भागात गेला. गोळीबार शांत झाल्यामुळे पथकानेही गोळीबार थांबवला; परंतु मंदिरात एकदम जाणे धोक्याचे होते. कारण परत अचानक गोळीबार झाला तर काय करायचे? मंदिराजवळ पथक आले. पोलिसांनी परत एकदा आवाहन केले, तसे

तिघेजण बाहेर आले. कारण आता दुसरा पर्याय नव्हता. पोलिसांनी तिघांना अटक केली आणि सर्व पिशव्या ताब्यात घेतल्या. तिघांना घेऊन साहेब पोलीस स्टेशनमध्ये आले. कोंबड्या चोरणे, तळीरामांना लुटणे, जनावरे पळवणे, बँकेची गाडी लुटणे, सराफाला लुटणे, पुरावा नष्ट करणे, गोळीबार करून पोलीस आणि रक्षकाला जखमी करणे अशा प्रत्येक गुन्ह्यासाठी कायद्यानुसार कलम लावून आरोपपत्र तयार केले. जिल्हा सत्र न्यायालयात हा खटला उभा राहिला.

इकडे गावातही बातमी गेली की अजित-विजय-संजय यांनीच घाटात दरोडा घातला असून पोलिसांनी त्यांना पकडले आहे. गावातील चोऱ्या तेच करत होते, हेही त्यांनी कबूल केले आहे. कोणीतरी संजयच्या आईला घरात जाऊन ही बातमी सांगितली. तशी ती मोठ्याने रडू लागली आणि धावतच सरपंच सुनिलच्या घरी गेली. सरपंचांना म्हणाली, "माझी जमीन विकायला लागली तरी हरकत नाही, पण माझ्या मुलाला पोलिसातून सोडवून आणा. काय वाटेल ते करा, पण माझे एवढे काम करा." संजयच्या आईला रडताना बघून सुनिलही भावनिक झाला. संजयची आई आणि सरपंच अनिलच्या घरी गेले. त्याची आई अनिलच्या पाया पडली. "भाऊजी काय वाटेल ते करा, पण माझा मुलगा मला परत सुखरूप पाहिजे." तिने पुन्हा एकदा टाहो फोडला. तसे सरपंच आणि पोलीस पाटील भावनिक झाले. ते दोघेही तिला धीर देत म्हणाले, "रडू नका. आमची सरपंचकी, पोलीस पाटीलकी पणाला लावू, पण काही झाले तरी संजयला परत घेऊन येऊ."

जिल्हा कोर्टात खटला सुरू झाला. सुनिल आणि अनिलसह संजयच्या आईने साहेबांची भेट घेऊन संजयला माफीचा साक्षीदार करण्याची विनंती केली. साहेबांना संजयच्या आई म्हणाली, "माझा मुलगा चोरटा नाही. पण त्या अजित-विजयच्या नादाने बिघडला. साहेब, काहीही करा, पण माझा मुलगा मला परत पाहिजे." संजयची आई रडत रडत साहेबांच्या पाया पडली. तेव्हा साहेबांच्या आतला माणूस जागा झाला आणि त्यांनी संजयला माफीचा साक्षीदार केले. तो सर्व घटनांचा साक्षीदार होता. तिघांनी सर्व विषय कबूल केले. सर्व तपासात सरकारी वकीलाला मदत-सहकार्य करून संजयने प्रथमपासून साक्षी दिल्या. केसचा सर्व बाजूने विचार करून, साक्षीदारांच्या साक्षी, संजयच्या जबानीचा विचार करून अजित आणि विजयला दहा वर्षांची सश्रम कारावासाची शिक्षा झाली. संजय माफीचा साक्षीदार झाल्यामुळे चांगल्या वागणुकीचा त्याच्याकडून बाँड लिहून घेतला आणि त्याला सोडून दिले.

अतिशय आनंदाने सुनिल-अनिल, संजय आणि त्याची आई गावाकडे परतले. साहेबांनी एक खासगी पत्र अनिलला पाठवले. पत्रात सांगितले होते की, 'प्रेम हे आंधळे असते. कर्तव्य श्रेष्ठ असते. कर्तव्याच्या आड प्रेमाला जागा देऊ नका.'

२०१८ साली एक दक्षिण भारतीय चित्रपट दरोडेखोराच्या जीवनावर आला आहे. या हिंदी चित्रपटाचे नाव आहे थीरन. या चित्रपटामध्ये एक नुकतेच प्रशिक्षण संपवून रुजू झालेला; परंतु अतिशय हुशार एसपी नोकरी सुरू करतो. तो जिथे नोकरी करतो, त्या बंगळुर-चेन्नई हायवेला दरोडेखोरांनी धुमाकूळ घातलेला असतो. मद्रासच्या बाहेरील हायवेवरील एखादा-दुसरा बंगला त्यांचे सावज असे. 'आमच्या गाडीला अपघात झाला आहे, जरा दरवाजा उघडा, आम्हाला मदत हवी आहे' असे बोलून दहा-बारा जण बंगल्यातील लोकांना मारहाण आणि त्यांचा खून करून बंगला लुटत असत.

बंगल्यातील लोकांचे खून होत असल्यामुळे एसपी साहेबांनी हे आव्हान स्वीकारले. आधी सामान्य जनतेच्या बंगल्यावर दरोडा पडत असे. नंतर एका आमदाराच्या बंगल्यावर दरोडा पडून दोन खून पडले. साहेबांनी सर्व दरोड्यांमधले बोटांचे ठसे एकत्र केले. परंतु अखंड तमिळनाडू राज्यात एकाही स्थानिक गुन्हेगारांशी ते ठसे जुळेनात; तेव्हा हे दरोडेखोर बाहेरील राज्यातील असावेत, असा त्यांनी अंदाज बांधला. हा अंदाज खरा होता.

दरोडेखोर पकडण्यासाठी साहेब एक योजना वरिष्ठांच्या मदतीने तयार करतात. भारतातील प्रत्येक राज्यात एक पथक ते ठसे घेऊन शोधासाठी बाहेर पडते. दरोडेखोरांचा ट्रकने मालवाहतूक करण्याचा व्यवसाय असतो. त्यांनी ट्रकमध्ये एक बनावट डिझेल टाकी तयार केलेली असते. या टाकीत कटावणी, पिस्तूल, दोरी, गज, हातोडा ठेवलेला असतो. सहज पाहणाऱ्याला वाटेल डिझेलची टाकी आहे. राजस्थानातील एका जेलमधील रजिस्टरमध्ये नोंद असलेल्या एका गुन्हेगाराचा किरकोळ प्रकरणातील अंगठ्याचा ठसा साहेबांनी पाठवलेल्या ठशाबरोबर जुळतो. हाच धागा पकडून आरोपीची माहिती काढली जाते. त्यासाठी साहेब एक पथक घेऊन राजस्थानात राहण्यासाठीच जातात. एकाचे नाव-गाव समजल्यावर सर्व टोळीच सापडते. दरोडेखोरांच्या गावात गेल्यावर त्यांनी पोलिसांवर केलेला हल्ला, तिथून सुटका. साधारण पंधरा जणांची टोळी असते. साहेब टोळीतल्या प्रत्येकाला हुशारीने पकडतात. ते कसे पकडतात ते चित्रपटात रंजक पद्धतीने दाखवले आहे. एकच धागा पकडून राजस्थानमधील खतरनाक दरोडखोरांची टोळी सापडते आणि गजाआड होते. हा चित्रपट वाचकांनी तसेच पोलिसांनीही पाहण्यासारखा आहे.

आपल्या भारत देशात गुन्हेगारी व इतर प्रकरणासाठी तालुका, न्यायालय जिल्हा न्यायालय, उच्च न्यायालय, सर्वोच्च न्यायालय आहेत. देशातील सर्व प्रकरणे हाताळून न्यायालय निकाल देते. परंतु मला सर्वोच्च न्यायालयाने निरपराध निर्दोष ठरवून तसा निकाल देऊनही कामाचे कडू फळ मिळाले. जीवनात माणूस जे सुख आणि दुःख भोगतो, ते त्याच्या कर्माचे गोड व कडू फळ असते. जीवनात अचानक अपघात, चोरी,

दरोडा, फसवणूक, आत्महत्या, खून ही काही कडू फळांची उदाहरणे आहेत. चांगले फळ तुम्हाला तुमच्या क्षेत्रात यशाच्या शिखरावर नेते.

कोर्टाने मला निरपराध ठरवूनही मला कर्माचे कडू फळ कसे मिळाले, त्याची कथा मी तुम्हाला आता सांगणार आहे. वाचक मित्रहो, सावध बसा. कारण मी आता लेखक नाही, तर एक खतरनाक स्मगलर बनलो आहे. माझे विदेशी पिस्तूल मी भरून ठेवले आहे. या जीवनाची सुरुवात मी एका गावात केली आहे. नवीन असताना मी मटका एजंटचे काम करू लागलो. परंतु माझे समाधान न झाल्याने मी गांजा विक्री व्यवसायात उतरलो. काहीजण रानात गांजा लावतात. तो मी विकत घेऊ लागलो. नंतर अफू आणि हेरॉइनचा व्यवसाय करू लागलो. गावाकडील स्थानिक पोलिसांनी माझी अनेकवेळा चौकशी केली; परंतु पुरावा नसल्यामुळे मला सोडून दिले.

मी आता स्मगलर झाल्यामुळे गावाकडे या व्यवसायाला फारशी संधी नाही. त्यामुळे मी मुंबईत राहण्याचा निर्णय घेतला आहे. आता मी कपडे, पिस्तूल, पैसे घेऊन बॅग भरून कवठेमहांकाळ भाईंदर बसने मीरा रोडकडे राहायला चाललो आहे. तुमची काही हरकत नाही ना? या गुन्हेगारी प्रकरणामध्ये मी लेखकाचा पेशा सोडून खतरनाक स्मगलर झालो आहे. मी बसने सावळज-तासगांव-कराड-सातारा-पुणे-पनवेल असा प्रवास करीत मीरा रोडला पोहोचलो आहे. इथे एका दहा मजली इमारतीच्या सोसायटीच्या ऑफिसमध्ये बसलो आहे. माझ्या समोर सोसायटीचे मॅनेजर बसले आहेत. त्यांना मी एक वन बीएचके फ्लॅट भाड्याने मागितला आहे. त्यांनी मला आधारकार्ड, मतदानकार्ड, पॅनकार्ड, रेशन कार्ड अशी कागदपत्रे मागितली. मी माझी सर्व कागदपत्रे दाखविली. मॅनेजरने मला विचारले, "तुम्ही काय काम करता?" त्यावर मी म्हणालो, "मी चांगला लेखक आहे. गावाकडे कंटाळा आला म्हणून मी इकडे जरा निवांत ठिकाणी पुस्तक लिहावे म्हणून आलो आहे आणि त्यासाठीच मला फ्लॅट हवा आहे." ते म्हणाले, "तुम्ही लेखक आहात होय. छान! कोणालाही फ्लॅट देण्याआधी आम्हाला चौकशी करावी लागते. अहो, इथे कोणीही येऊन राहतात आणि काय वाटेल ते धंदे करतात. कोणी गुंड येतो, कोण बेकायदेशीर धंदे करतो." त्यांचे एवढे बोलणे ऐकून मी म्हणालो, "गुंड छे-छे मला कोणी गुंड-पोलीस-कोर्ट असे विषय काढले, तर माझा बीपी वाढतो. गुंडाराजपासून मी दूर असतो. मी कधी पोलीस ठाणेही पाहिलेले नाही." त्यावर ते म्हणाले, "ते ठीक आहे हो, परंतु तुम्हाला भाडे परवडेल काय" मी म्हणालो, "माझे गावाकडे सराफी आणि मोबाईलचे दुकान आहे. माझा मुलगा ते पाहतो."

नंतर ते म्हणाले, "इथे मुंबईत कोणी तुमच्या ओळखीचे आहे काय? ओळखीसाठी कोणाला इथे घेऊन याल काय" मी म्हणालो, "इथे माझा लहानपणीचा मित्र बोरीवलीला आहे. तो पोलीस आहे. त्याला मी घेऊन येतो." मग त्यांनी भाडेपत्र करारावरती माझे

फोटो, झेरॉक्स आणि सही घेतली. मला दहाव्या मजल्यावरच्या फ्लॅटची चावी दिली. मी त्यांना पैसे दिले. मॅनेजरने मला फ्लॅट दाखवला. मी तेथे राहू लागलो. नंतर मित्राला फोन करून उद्या येथील ऑफिसला येण्यास सांगितले. ठरल्याप्रमाणे मित्र आला. मित्र ड्रेसवरच होता. मॅनेजरने कोणत्या ठाण्याला असता ते विचारले. आता मात्र मी लेखक असल्याची मॅनेजरची खात्री पटली.

मी मीरा रोडला राहायला आल्यावर मित्राला पण आनंद झाला. त्याला मी सांगितले, "हे बघ मी एक पुस्तक लिहीत आहे. त्यामुळे जरा मुंबईच्या गर्दीपासून दूर इकडे राहणार आहे" नंतर मी मित्राला हॉटेलमध्ये जेवण करायला घेऊन गेलो. माझा खरा व्यवसाय त्यालाही माहीत नव्हता. तो मला लेखकच समजत होता. गावाकडे माझे दुकान आहे, हे त्याला माहीत होते.

एक दिवस मी बोरीवलीत एका प्रकाशकाच्या कार्यालयात गेलो. त्यांना मी पुस्तक लिहीत असल्याचे सांगितले. त्यांनी मला विचारले, "कोणत्या विषयावर पुस्तक लिहिणार आहात? आपले गाव कोणते?" त्यांना मी 'सामाजिक प्रश्न गुन्हेगारी'वर पुस्तक लिहिणार असल्याचे सांगितले. त्यावर ते म्हणाले, "ठीक आहे, शिवाय विषयही चांगला आहे. प्रत्येक पानाच्या एका बाजूस लिहा आणि पान नंबर टाका." त्यांना माझा मोबाईल नंबर आणि पत्ता सांगितला. तसेच दादर येथे जाऊन तेथील प्रकाशकांनाही भेटलो. अशा भेटींमुळे माझी लेखकाची बाजू बळकट झाली. माझ्या फ्लॅटमध्ये बसून मी रोज दोन पाने लिहू लागलो.

भारतात गुन्हेगारी वाढली असून ती कशी कमी करावी, त्यासाठी काय उपाययोजना कराव्यात, तसेच व्यसनाधीनता आणि भ्रष्टाचार या विषयांवरही लिहू लागलो. नंतर माझा अफू आणि हेरॉईनचा व्यवसाय असल्यामुळे मी एकाला मुंबईतून माझ्या फ्लॅटवर बोलावून घेतले. तो याचा एजंट होता. त्याच्याकडून मी माल घेत होतो आणि विक्री करत होतो. एकदा मी त्याच्याकडून स्मगलिंगच्या वर्तुळातील माहिती घेतली. काही नावे आणि फोन नंबर्स घेतले. शिवाय त्याच्याकडून काही हेरॉईन घेतले. मला आता गांजा-अफू-हेरॉईनपेक्षा स्मगलिंग करण्यात रस वाटू लागला. मी रात्री-अपरात्री एक कार घेऊन उत्तरेला वसई-विरार व दक्षिणेला जंजिरा-रोहा-श्रीवर्धनच्या समुद्रकिनाऱ्यावर फिरू लागलो. असेच अपरात्री फिरत असताना एका स्मगलरची जंजिरा किल्ल्याजवळ माझी भेट झाली. मी त्याच्याबरोबर काम करू लागलो. त्याच्या बॉसला मी पाहिले नव्हते, केवळ फोनवर त्याचा आवाज ऐकायचो. माझे काम वाढले होते. तसे मला भरपूर पैसे मिळू लागले. मी रोख पैसे जवळ ठेवण्याऐवजी त्याचे हिरे खरेदी करू लागलो. कारण इतका पैसा बँकेत ठेवणे शक्य नव्हते. बँकेतील पैशावर सरकारी नजर असते. पैसे मिळाले की जमेल तेवढे हिरे मी जमा करू लागलो.

एकदा मी कामासाठी श्रीवर्धनला एका हॉटेलमध्ये मुक्काम केला होता. रात्री मला एका पोलिसाने "साहेबांनी तुम्हाला पोलीस ठाण्यात बोलावले आहे", असे सांगितले. मी ठाण्यात गेलो. साहेबांच्या पुढे बसलो. साहेबांनी मला विचारले, "आपण कोण आहात? आपले नाव-गाव काय?" साहेबांना "मी एक लेखक असून मीरा रोडला राहतो. सध्या मी एक पुस्तक लिहीत आहे. काहीतरी नवीन सुचावे यासाठी इकडे श्रीवर्धनला आलो आहे", असे सांगून त्यांना मी लिहिलेली काही पाने दाखवली. तसेच बोरीवली आणि दादर येथील प्रकाशकांचे नंबर दिले. त्यावर साहेब म्हणाले, ''ठीक आहे लेखक साहेब, चालू द्या तुमचे काम. मला उगीच शंका आली."

आता मला सोसायटीत सगळे लेखकसाहेब म्हणून ओळखू लागले होते. सोसायटीचा मॅनेजरही मला 'नमस्कार! लेखक साहेब' म्हणायचा. तेथील सर्वांनाच मी लेखक आहे असे वाटत होते. मी सहसा उगीच सोसायटीत किंवा इमारतीत फिरत नसे. माझ्या फ्लॅटमध्ये मी लिहीत बसायचो. रात्री मी अनेकवेळा फ्लॅटवर नसायचो. मॅनेजरने एकदा विचारले. मी त्यांना म्हणालो, "मी रात्री मित्राकडे जातो." मॅनेजरला तेही खरे वाटले.

माणसाचे सगळेच दिवस सारखे नसतात. दिवसालाही तीन अवस्था असतात. माणसाच्या जीवनात चढ-उतार येत असतात. मी वसई भागात एक बंगला विकत घेतला. पत्नीलाही गावाकडून बोलावून घेतले. मुलगा आणि सून गावातच राहत होते. आता माझेकडे जवळपास पन्नास कोटीची माया जमा झाली होती. पत्नीलाही माझी प्रगती पाहून नवल वाटले. मी तिची समजूत घातली की, 'मी इकडे पुस्तके लिहतो. ती पुस्तके बाजारात विकली जातात आणि मला कमिशन मिळते. शहरात भरपूर लोक पुस्तके वाचतात. गावाकडे कोण फारसे वाचत नाहीत.' तिला यातील काही समजत नव्हते. मी आता माझा खरा धंदा कमी केला होता. कधीतरी अलिबाग आणि श्रीवर्धन-महाड भागात जात असे.

वसईच्या पोलीस ठाण्यात मला एकदा साहेबांनी बोलावले. साहेबांनी मला माझी पूर्ण माहिती विचारली. ती सर्व लिहून घेतली गेली. साहेब मला म्हणाले, "लेखक महाशय, तुमचे एकंदरीत राहणीमान, तुमचा व्यवसाय हे जरा आम्हाला खटकते. 'सीबीआय'कडून तुमची चौकशी करून रिपोर्ट द्यावा असे आदेश आहेत आम्हाला. तुमचे गावाकडे काय काय आहे?" मी सांगितले, "गावाकडे पाच एकर बागायत शेती आहे. मुलगा सराफाचे आणि मोबाईलचे दुकान चालवतो. त्यामुळे पैसे कमी पडत नाहीत. मी एक लेखक आहे. साहेब, गुंड, दादागिरी यापासून दूर असतो." त्यावर साहेब म्हणाले, "ठीक आहे. दिवसभर घरीच असता की बाहेर कोठे फिरायला जाता?" मी सांगितले, "मी सहसा बाहेर जात नाही."

साहेबांना लेखी जबाब देऊन मी बाहेर पडलो. या भेटीतील चौकशीवरून मी

ओळखले की लवकरच आपल्या बंगल्यावर 'सीबीआय'ची धाड पडणार आहे. जवळपास मी सत्तर कोटी मिळवले होते. प्रत्येक हिरा दहा ते पंधरा लाखांचा होता. माझी झोप आता उडाली होती. पुस्तक पूर्ण करून प्रकाशकाकडे मी पाठवून दिले. आता मी 'सीबीआय'च्या धाडीचा विचार करू लागलो. त्यासाठी काही नियोजन केले. एक दिवस सकाळीच 'सीबीआय'चे दहा अधिकारी माझ्या बंगल्यावर हजर झाले आणि सर्व तपासून पाहू लागले. मी तयारीत होतो, त्यामुळे मी तसा पुरावाच घरात ठेवला नव्हता. मी आणि माझ्या गाडीचा चालक, आम्ही दोघांनी धाड पडली तर काय करायचे, हे ठरवून ठेवले होते. मी लगेच फोन करून चालकाला बोलावले.

मी बंगल्याच्या हॉलमध्ये बसलो होतो. समोर टीपॉयवर अनेक भरलेल्या भारी दारूच्या बाटल्या ठेवलेल्या होत्या. सर्वच बाटलीत दारू नव्हती. काही बाटलीत माझा, थम्सअप, जिरा मसाला, कोको कोला, लिंबू-सरबत भरून ठेवले होते. प्रत्येक बाटलीला खूण केलेली होती. त्यावरून मला आणि चालकाला समजत होते की दारू यात आहे की नाही. मी त्यांच्या पथक प्रमुखाला एक बाटली देऊ केली. त्यांनी ती नाकारली. साहेब माझ्या समोरच बसले होते. त्यांना मी म्हणालो. "मी लेखक आहे. लेखक स्मगलर गुंड नसतो." ज्या बाटलीत दारू नव्हती. त्यामध्ये मी पन्नास कोटीचे हिरे भरून ठेवले होते. माझ्याकडे हिरे आहेत हे पथकाला माहीत नव्हते. ते पाचशे आणि दोन हजार रुपयांच्या नोटा आणि दागिने, सोन्याची बिस्किटे असे शोधत बसले होते. परंतु ते काही सापडत नव्हते. नेहमीच्या खर्चासाठी मी रोख रक्कम चाळीस हजार रुपये तिजोरीत ठेवली होती. पथकाला तेवढीच सापडली. मी दारू सोडून इतर बाटलीतील पेय ग्लासात भरून पिऊ लागलो. चालकाला पण दिली. तो खाली बसून पिऊ लागला. साहेब आमच्या दोघांकडे पहात होते. पत्नी लांबून पाहत होती. इतर नोकरही पाहत होते. मला सरबत आवडे. मी ते भरपूर घेतले. शेवटी पथक कंटाळले. कोठेही मोठी रक्कम किंवा सोने दागिने सापडले नाही. तेव्हा हताश होऊन साहेबांनी माझा जबाब घेतला. त्यावर मी सही केली. जाताना साहेब म्हणाले, "लेखक महाशय, जरी आता काही मिळाले नसले, तरी आम्ही तुमच्यावर उच्च न्यायालयात दावा दाखल करणार आहोत. आमचा तुमच्यावर संशय आहे." त्यावर मी शांतपणे म्हणालो, "ठीक आहे."

उच्चन्यायालयात दावा दाखल झाला; परंतु कोणताही पुरावा नसल्यामुळे मला न्यायालयाने निरपराध ठरवले. परत एकदा साहेब आणि इतर पाचजण बंगल्याबाहेरील झाडे आणि बाग तपासून गेले. मी त्यांना काहीच बोललो नाही. नंतर त्यांनी सर्वोच्च न्यायालयात दावा दाखल केला. तिथेही मला न्यायालयाने निर्दोष ठरवले आणि सीबीआयला सांगितले, की माझ्याविरुद्ध काहीतरी ठोस पुरावा पाहिजे. केवळ संशय आहे म्हणून गुन्हा सिद्ध होत नाही. दिल्लीत सर्वोच्च न्यायालयात माझा दावा सुरू

होता, म्हणून मी आणि माझा चालक मुंबई ते दिल्ली विमानप्रवास करून दिल्लीत एका हॉटेलात मुक्कामी राहिलो होतो. केसची सुनावणी संपली, निकाल लागला. आम्ही दोघे परत येण्यासाठी निघालो. न्यायालयापासून एक टॅक्सी ठरवून दोघे दिल्ली विमानतळाकडे निघालो. विमानतळाजवळ एका पोलवर आमची टॅक्सी आदळली. टॅक्सी दोनवेळा पलटी झाली. कारण ती वेगात होती. त्या टॅक्सी चालकाला आणि माझ्या चालकाला मोठा मुका मार बसला. माझ्या डाव्या हाताचा चुराडा झाला होता, तर उजवा हात पिचला गेला होता. टॅक्सीचेही मोठे नुकसान झाले होते. टॅक्सीच्या चालकाने प्रसंग ओळखून आम्हा दोघांना दुसऱ्या टॅक्सीतून हॉस्पिटलमध्ये दाखल केले. आम्ही दोघेही ॲडमिट झालो. पोलिसांनी पंचनामा केला. आमचा जबाब घेतला. मला सही करता येत नव्हती, त्यामुळे मी अंगठा लावला. आम्ही जबाबात 'चालकावर आमचा काही दावा नाही, त्याची काही चूक नाही' असे लिहून दिले. पोलीस यायच्या आधी तो आणि त्याची पत्नी आमच्याजवळ आले होते. पत्नी रडत होती. "आमच्यावर केस करू नका, आम्ही गरीब आहोत", असे ती म्हणाली. मी तिला माझे कार्ड दिले आणि 'वसईला या, मी तुम्हाला दुसरी नवीन टॅक्सी घेऊन देतो' म्हणून सांगितले. असे भावनिक बोलल्यामुळे ती माझ्या पाया पडली. पोलिसांनी मला विचारले, "तुमची काही तक्रार आहे का?" तर मी "कोणतीही तक्रार नाही", असे सांगितले.

ही अपघाताची बातमी माझ्या चालकाने मोबाईलवरून घरी सांगितली. माझी पत्नी आणि चालकाची पत्नी, दोघीही आम्हाला भेटायला आल्या. डॉक्टर मला म्हणाले, "येथून पुढे डाव्या हाताने तुम्ही काहीही करू शकणार नाही. कारण तो बरा होणार नाही. त्याचा चुराडा झाला आहे. तो काढून टाकलेलाच बरा आहे." मी त्यांना विचारले, "माझा उजवा हात कधी बरा होईल." त्यावर डॉक्टर म्हणाले, "उजव्या हाताचे आता लगेच सांगता येणार नाही, तो चांगला बरा होण्यासाठी अंदाजे दोन वर्षे जातील. कारण तो पिचलेला आहे. तुम्ही उजव्या हातानेही काही करू शकणार नाही, जेवण पाणी तुम्हाला भरवावे लागेल." डॉक्टरांनी सडेतोड सर्व सांगितले. मी नाराज झालो. पत्नी मला धीर देत म्हणाली, "काळजी करू नका, मी आहे ना."

डॉक्टरांनी माझा डावा हात काढून टाकला. उजवा हात कधी काम करेल, ते सांगता येत नव्हते. पत्नी माझी सेवा करीत होती. रोज मला जेवण भरवत होती. अपघाताची बातमी तिने गावाकडे सांगितली, तसे मुलगा आणि सूनबाई मला पाहण्यासाठी आले. ते दोन दिवस राहून निघून गेले. असेच दिवस जात होते. डॉक्टरांनी दोन महिने ठेवून घेतले, नंतर मला डिस्चार्ज दिला. चालकही बरा झाला होता. आम्ही सर्वजण परत गावाकडे वसईला आलो. माझा उजवा हात वरखाली केले तर दुखत होता. हाताची हालचाल करणे पण अवघड झाले होते. डॉक्टरांनी सांगितले होते की, 'हाताची रोज जरा जरा

हालचाल करत जावा.' मला आता हॉलमध्ये टीव्ही पाहत आराम करण्याशिवाय पर्याय नव्हता. माझा चालक माझ्या पायाशी बसून राहायचा आणि म्हणायचा, "मालक, तुमचा हात लवकरच बरा होईल." वाचक मित्रहो, आता तुम्ही ओळखले असेल, मला माझ्या कर्माचे कडू फळ मिळाले आहे. परंतु याला पर्याय नसतो. ते प्रत्येकाला भोगावेच लागते.

काही दिवसांनी दिल्लीत ज्या चालकाने आमचा अपघात केला, तो माझ्याकडे आला. माझ्या पाया पडला. तेव्हा नवीन टॅक्सी घेण्यासाठी मी त्याला पैसे दिले आणि दोघांना मुंबईत शोरूमला पाठवले.

माझा हात काही लवकर बरे होण्याची चिन्हे दिसत नव्हती. असे किती दिवस आराम करायला लागणार होता देव जाणे. पत्नी मला म्हणाली, "आपण दोघे काश्मीरला अमरनाथच्या दर्शनाला जाऊ या. भोलेनाथाच्या आशीर्वादाने सर्व काही ठीक होईल." मी "ठीक आहे" म्हणालो. दुपारी तो चालक नवीन टॅक्सी घेऊन माझेकडे आला. त्याला मी जेवायला दिले आणि म्हणालो, "हे बघ, आम्ही तिकडे अमरनाथ यात्रेला जाणार आहे. तिकडून दिल्लीत परत येऊ. विमानतळाबाहेर तुझी आम्ही वाट पाहू, आम्हाला मथुरा आणि आग्रा पाहायचे आहे." त्याला असे सांगून मी त्याचा मोबाईल नंबर घेतला. तो मला म्हणाला, "साहेब, कधीही अगदी मध्यरात्री जरी दिल्लीत आलात, तरी मला फोन करा. मी तुमच्या सेवेला हजर असेन." असे सांगून त्याने माझा निरोप घेतला. निरोप घेताना तो रडू लागला. मी त्याला समजावत म्हणालो, "अरे, काय झाले? रडू नकोस, मी तुला भावासारखा आहे. वडील मयत झाले, तर मोठ्या भावावर घराची जबाबदारी येते. मन मोठे करूनच जगावे लागते." तर तो जाता जाता म्हणाला, "तुमच्यासारखा चांगला माणूस मी कोठेही पाहिला नाही."

रेल्वे प्रवासातली गर्दी, धक्के आता मला सहन करता येणार नव्हते. मी मदतीसाठी चालकाला सोबत घेऊन, पत्नीसोबत मुंबई ते श्रीनगर विमानप्रवास केला. श्रीनगर ते सोनमर्ग एका टॅक्सीने गेलो. तिथे चालकाला मी तिघांचे हेलिकॉप्टरचे बुकिंग करायला सांगितले. तिघे हेलिकॉप्टरने वरच्या डोंगरातील स्टेशनवर गेलो. तेथून आम्ही डोली केली. चालक घोड्यावर बसला. भोलेनाथच्या गुहेत जाऊन तिथे जुलै महिन्यात दरवर्षी तयार होणाऱ्या बर्फाच्या शिवलिंगाचे दर्शन घेतले. ते फक्त जुलै महिन्यातच तयार होते, नंतर ते कमी होऊन नष्ट होते. माझी अमरनाथ यात्रेची ही तिसरी वेळ होती. त्यामुळे मला इकडचे सर्व माहीत होते.

नंतर तेथून श्रीनगरला आलो. येथील प्रसिद्ध दल सरोवर, शालीमार, मुगल, निशांत बाग पाहिली. तेथून गुलमर्गला गेलो. तेथे शिवशंकराचे दर्शन घेतले. येथेच 'आपकी कसम' या चित्रपटातील राजेश खन्ना आणि मुमताजचे गाजलेले कर्णमधुर गाणे 'जय

जय शिवशंकर'चे शूटिंग झाले होते. नंतर श्रीनगरहून दिल्लीत आलो. विमानतळाच्या बाहेर थांबलो. चालकाने फोन केल्यावर तो काही वेळातच विमानतळावर हजर झाला. आम्ही बोलावल्यामुळे त्याला आनंद झाला होता. मी त्याला सांगितले, "हे बघ, गाडी सावकाश आणि काळजीपूर्वक चालव. वेळ लागला तरी हरकत नाही." तो म्हणाला, "ठीक आहे साहेब." आम्ही मथुरेतील कृष्णाची सर्व मंदिरे पाहिली. नंतर जेवण केले आणि पुढे आग्रा शहरात गेलो. तेथील किल्ला आणि ताजमहाल पाहिला. आम्हाला एवढी ठिकाणे फिरवूनही त्याने एक रुपयाही भाडे मागितले नाही. नंतर आम्हाला आग्रा शहाराच्या विमानतळावर पोहोच केले. आज पुन्हा निरोप घेताना त्याच्या डोळ्यात पाणी आले. मी त्याला म्हणालो, "भावनिक होऊ नकोस. मला काही कमी नाही. माझे भावाचे कर्तव्य मी पार पाडले आहे. कधी मुंबईकडे आलासच तर परत ये मला भेटायला." आम्ही त्याचा निरोप घेतला आणि मुंबईत परत आलो.

मला आराम करायचा कंटाळा आला होता; परंतु पर्याय नव्हता. अमरनाथ दर्शन करून आलो, तरी हात काही बरा होत नव्हता. परिसरातले अनेक तज्ज्ञ डॉक्टर माझ्याकडे येत. हात तपासून काही औषधे-इंजेक्शन्स देत. पण मला काही फरक पडत नव्हता. माझी पत्नी धार्मिक विचाराची असल्याने ती मला म्हणाली, "तुम्ही हे जे सर्व मिळवले आहे, ते गावाकडे आणि इथे कोणा गरिबांना, गरजूंना दान करा." मी म्हणालो, "ठीक आहे. आमच्या रायगडावरील महाराजांना बोलून ते चालू करतो." "महाराज तुमच्याशी बोलतात?" पत्नीने आश्चर्याने विचारले. "आमचे महाराज फक्त समाजातील चांगल्या माणसांबरोबर बोलतात. चर्चा करतात. तुझ्याबरोबर ते कशाला बोलतील, तुझे आणि सुनेचे आधीच पटत नाही. ते सर्वांना ओळखून असतात."

मी माझ्या गाडीच्या चालकाला 'कोकणात रायगडावर जायचे आहे', असे सांगितले. तो म्हणाला, "मला पण जंजिरा किल्ला पाहायचाय. आपण एका दिवसातच करू या का?" मी त्याला म्हणालो, "अरे, आपण वसईत राहतो. येथून लवकर जरी निघालो, तरी एका दिवसात रायगड आणि जंजिरा शक्य होणार नाही. त्यामुळे तुझ्या पत्नीलाही बरोबर घे, आपण उद्याच सकाळी निघू या."

सकाळी लवकरच आम्ही कारने रायगडच्या दिशेने निघालो. चालक कार चालवण्यात सुपर होता. मुंबईच्या गर्दीच्या वाहतुकीतही तो सफाईदारपणे कार चालवत असे. पनवेल-पेण-इंदापूर-माणगांव-महाड-रायगड असा प्रवास करत रायगडजवळ आलो. पायरीने रायगड चढणे मला तरी शक्य नव्हते. तेथे एका बाजूला रोपवे आहे. आम्ही रोपवेने जलद वरती गेलो. सर्व रायगड फिरून पाहिला. महाराजांची समाधी जिथे आहे तिथे गेलो. नतमस्तक झालो. मनातून महाराजांशी बोललो. "महाराज माझी वाट चुकली. माफ करा. येथून पुढचे माझे जीवन देशासाठी-समाजासाठी, गरीब आणि

गरजूंसाठी राहील. मला जमेल तेवढी मी त्यांना मदत करेन", असे महाराजांना वचन दिले. नंतर रायगडावरच जेवण करून महाड शहरात मुक्कामाला एका हॉटेलात थांबलो. रायगडाला महाड शहर जवळ आहे.

सकाळी महाड-लोणेरे-गोरेगाव-म्हसळा-कुडा-राजपुरी-जंजिरा असा प्रवास केला. किल्ला पाहण्यासाठी होडीतून जावे लागते. मी चालकाला म्हणालो, "आमच्या महाराजांना हा सिद्दीचा किल्ला घेता आला नाही. आमच्या संभाजी महाराजांनी मधली खाडी दगड-धोंडे टाकून बुजवून रस्ता तयार करायचा प्रयत्न केला होता; परंतु मुघलांचे संकट याचवेळी आल्यामुळे हा प्रयत्न सोडून द्यावा लागला. या किल्यावर अजूनही काही मोठ्या तोफा आहेत, किल्ला पाहण्यासारखा आहे. परत माघारी राजपुरी-मुरुड-रोहा-कोलाड-नागोठने-पेण-पनवेल मार्गे वसईला परत आलो. दुसऱ्या दिवशी मी गावाकडे सरपंच आणि जिल्हा परिषद सदस्य या दोघांना सांगितले की, "तुमची गावाकडची काही विकास कामे पैशाअभावी अडली असतील, तर इकडे या. मी तुम्हाला मदत करणार आहे." तेव्हा दोघेही आनंदाने माझ्याकडे आले. सरपंचांनी अंगणवाडी, काही हातपंप, गटार, रस्ता, पाणी पुरवठा अशा काही कामासांठी निधी लागणार असल्याचे सांगितले. जिल्हा परिषद सदस्यांनीही त्या भागातील काही कामे सांगितली. मी काही हिरे विकून मोठी रक्कम जवळ ठेवली होती. आता धाडीची भीती नव्हती. दोघांना प्रत्येकी मी पन्नास लाख रुपये दिले आणि त्यांचा निरोप घेतला. त्यानंतर गावाकडून दोन सामाजिक कार्यकर्ते आले. त्यांना मी म्हणालो, "गावात लहान मुला-मुलींसाठी अनाथाश्रम आणि वृद्ध लोकांसाठी वृद्धाश्रम चालू करा, मी लागेल तेवढा पैसा द्यायला तयार आहे.'' त्यांनाही मी पुरेसा निधी दिला. चालकाचा मुलगा नवीन व्यवसाय करणार होता. त्याला मी पाच लाख रुपये दिले. चालक आणि त्याची पत्नी आमच्या घरातील सर्व काम करीत असत. आणखी दोघे नोकरही होते. पण ते दोघेजण आमचे काम आनंदाने करत.

एकदा मी चालकाला म्हणालो, "मला या शहरी जीवनाचा कंटाळा आला आहे, गावाकडे कायमचे जावे म्हणतो. हा बंगला विकून टाकावा असे वाटू लागले आहे." तर तो म्हणाला, "मालक, चुकूनही गावी जाण्याचा विचार करू नका. मी तुमची सेवा करायला चोवीस तास हजर आहे. तुमचा हात आमच्यासारख्या गरिबांच्या आशीर्वादाने लवकरच बरा होणार आहे." मी गावाकडे आणि येथील परिसरात गरीब, गरजू लोकांना मदत करायचा धडाका लावला. माझ्याजवळील मोठा निधी मी समाजात दान करून टाकला. हळूहळू माझ्या हातात ताकद येऊ लागली. एक दिवस मी हाताने बशीत चहा ओतून पिऊ लागलो. नंतर जेवणही करू लागलो. आता माझा हात बरा झाला होता. त्यामुळे मी आनंदात राहू लागलो. याचा घरातल्या सर्वांनाच आनंद झाला होता. वाचक

मित्रहो, कर्माचे फळ असे असते. ते या जगात सर्वांनाच भोगावे लागते.

गुन्हेगारी हा विषय फार मोठा आहे. किती जरी लिहिले तरी कमी आहे. आता चोरी-दरोडा-वाटमारी-फसवणुकीचे जग आहे. त्यामुळे मोबाईलवर कोणत्याही अनोळखी माणसाला आपली माहिती देऊ नका. ऑनलाईन फसवणुकीचे प्रकार वाढले आहेत. भामट्यांचे बँकेच्या खात्यावरील पैशांवर लक्ष असते. बँक किंवा मोबाईल कंपनी तुम्हाला फोनवर महत्त्वाची माहिती कधीच विचारत नसते.

...

व्यसनाधीनता आणि भ्रष्टाचार

व्यसनाधीनता

समाजाचा जर कोणी सूक्ष्म पद्धतीने अभ्यास करत असेल, तर व्यसनाधीनता हा समाजाला झालेला कॅन्सर आहे, हे दिसून येईल. आज महाराष्ट्रात किंवा भारतात कोठेही जावा, तुम्हाला गावात किंवा शहरात एकवेळ पाणी पिण्यासाठी मिळणार नाही; परंतु दारू मात्र सगळीकडे भरपूर मिळेल. सर्व प्रकारच्या व्यसनात दारूचा सर्वात वरचा नंबर आहे. इतर व्यसनांचा नंबर खाली आहे. समाजात जे लोक दारू पितात, त्यामध्ये सर्वसाधारण तीन गट पडतात. सर्वात वरचा श्रीमंत वर्ग भारी विदेशी दारू घेऊन जेवण करून आपल्याच बंगल्यात झोपतो. या वर्गाचा समाजाला काही त्रास होत नाही. दुसरा मध्यमवर्ग आर्थिक ताकदीनुसार देशी किंवा विदेशी हॉटेल किंवा बारमध्ये जाऊन पितो. भरपूर नशा चढली तर बिलावरून बार मालकाला किंवा हॉटेल मालकाला मारहाण करतो, दंगा करतो. असे प्रकार रोज घडत नाहीत; परंतु ते कधी कधी घडतात. कधी कधी मित्रांबरोबर, तर कधी इतर ग्राहकांबरोबरही भांडणतंटे होतात. त्यामुळे समाजाला हा वर्ग त्रासदायक ठरतो. तिसरा वर्ग म्हणजे गरीब वर्ग. या वर्गाला देशी दारू परवडत नसते. मग मिळेल ती गावठी, तसेच कोणतीही स्वस्त दारू, मग ती विषारी असू दे, बनावट असू दे, असेल तशी पोटात ढकलायची. इतकेच या वर्गाला माहीत असते. या वर्गात शेतमजूर, बांधकाम कामगार, कारखाना कामगार आणि नोकरवर्ग इत्यादींचा समावेश होतो.

समाजातील सर्वजण दारू पित नसतात. दारू पिणे किंवा इतर काही व्यसन करणे हा प्रत्येकाच्या घरातील संस्कार, आई-वडील-शिक्षक यांनी दिलेली शिकवण, समाजातील-गावातील वातावरण यावर अवलंबून असते. संस्कार, स्वभाव चांगला असेल, तर ज्या गल्लीत तो राहतो त्या गल्लीच्या कोपऱ्यावर जरी दुकान असले, तरी तो कधी जात नाही. परंतु याउलट स्वभावाचा असेल तर गावापासून पन्नास किलोमीटरचा प्रवास करून शहरात जाऊन दारू घेईल. अशी ही दारू असते. दारूविषयी समाजाचे, सरकारचे मत

व विचारप्रवाह वेगवेगळे असतात. कोणाचे काहीही मत असले, तरी दारू ही समाजाच्या आरोग्याला घातकच असते. तिचे समर्थन करणे योग्य नाही.

वाचक मित्रहो, आपले छत्रपती शिवाजी महाराज हे दारू आणि स्त्रिया, याविषयी कठोर होते. त्यांनी पुण्याजवळील रांझे गावाच्या पाटलाने अन्याय अत्याचार केला होता, म्हणून त्याला कडक शिक्षा दिली. समाजात कोणीही दारू पिणे आणि स्त्रियांना त्रास देणे त्यांना चालत नसे. रायगडच्या टकमक टोकावरून कडेलोटाची शिक्षा ठरलेली असायची. अतिशय आनंद झाला, तर दारू लागते. तसेच अतिशय दुःख झाले तरी दारू लागते. माणसाला ती दोन्हीकडून मदत करीत असते.

समाजाचे दारूमुळे कधी भले होत नसते. संसाराचे तीनतेरा वाजतात. घरात भांडणे लागतात. तळीरामाला घरात आणि समाजात किंमत नसते. घरात आई-वडील पत्नी-सून 'दारू घेऊ नका' असे सांगत असतात. पण माणसाला एकदा चटक लागली, की ती सुटत नसते. त्याचे परिणाम मात्र त्याला भोगवे लागतात. जुना 'पिंजरा' चित्रपट अनेकांना आठवत असेल. या सिनेमात गावातील पाटील आणि मास्तर गावात दारूबंदी आणि तमाशा बंदी करतात. हे गाव 'आदर्श गाव आहे' असे पेपरमध्ये छापून येते; परंतु पाटलाचा मुलगाच एका सायकलच्या दुकानात मित्रासोबत दारू पिताना सापडतो. तो पळून जात असताना मास्तरांबरोबर त्याचे भांडण होते. 'मी दारू घेतो हे आबांना सांगू नका. सांगितले तर त्याचे परिणाम वाईट होतील', अशी धमकीच तो मास्तरांना देतो. मास्तर धमकीला घाबरत नाहीत. ते तमाशा आणि दारूबंदी करूनच दाखवतात. असे पाटील आणि मास्तर आता समाजात फारसे राहिले नाहीत.

वाचक मित्रहो, तुम्ही वर्तमानपत्रात 'विषारी दारू पिऊन अमुक इतके बळी...' अशा बातम्या वाचत असता. दारूच्या नशेत अपघात, खून, चोरी, मारामारी, दंगे होत असतात. दारूचा शरीरावर वाईट परिणाम होऊन मृत्यू लवकर येतो. हे जग सोडावे लागते. इतके असूनही माणूस दारूचा नाद सोडत नाही. शेवट ठरलेलाच आहे. प्रथम माणूस दारू पिऊ लागतो, नंतर दारूच माणसाला पिऊ लागते. दारू त्या माणसाची संपत्ती, मानपान आणि किंमत यांचा शेवट करते.

आपले महात्मा गांधी दारूच्या विरोधात होते. देशात दारूबंदी करावी अशी त्यांची इच्छा होती; परंतु कोणीही इकडे लक्ष दिलेले नाही. मी मुंबईला दोन मुख्यमंत्रीसाहेबांना 'महाराष्ट्रात कडकडीत दारूबंदी करावी' असे नम्र विनंती करणारी पत्रे पाठवली होती. परंतु दारूबंदीविषयी शासन उदासीन आहे. समाजाला व्यसनाची सवय लावून दारूच्या उत्पादनातून आणि विक्रीमधून कर रूपाने शासनाला भरपूर पैसे मिळतात. ते योग्य आहे की अयोग्य आहे. चूक की बरोबर हे वाचकांनी-समाजाने ठरवायचे आहे. माझे मत तर दारूविरोधी आहे.

भ्रष्टाचार

देशात किंवा महाराष्ट्रामध्ये तुम्ही एक दिवस तलाठी कार्यालयात जाऊन 'मला सातबारा आणि फेरफार पाहिजे' म्हणून तेथे बसा; तुम्हाला तलाठी आणि शेतकरी यांच्यातील संवाद खालीलप्रमाणे ऐकायला येईल. ग्रामीण भागात कोणताही शेतकरी तलाठी महाशयांना तलाठी म्हणत नाही, तर आदरयुक्त भीतीपोटी 'अण्णासाहेब' असे म्हणतात. बरे हे ठीक आहे. पण संवाद कसे होतात ते पाहा. ठिकाण महाराष्ट्रातील कोणतेही तलाठी कार्यालय.

शेतकरी - नमस्कार अण्णासाहेब. मी मागील महिन्यामध्ये एक खूश खरेदीपत्राची झेरॉक्स आणि नोंदीसाठी अर्ज दिला होता. साहेब बघा ना तेवढी नोंद झाली आहे का. नोंद घातली असेल, तर माझ्या नावचा उतारा द्या.

तलाठी - अहो, आमचा कोतवाल तर एक अर्ज सरळ फाईलमध्ये ठेवत नाही. मी तो अर्ज पाहिला आहे. आता सापडत नाही. तुम्ही एक नवीन अर्ज तिकीट लावून आणि दस्ताची एक झेरॉक्स जोडून आता द्या. मी लगेच मंजुरीला पाठवतो.

शेतकरी - ठीक आहे साहेब, देतो दुसरा अर्ज. पण नोंद घालून मला नवीन सातबारा लवकर द्या.

वाचक मित्रहो,

आता बोला. अशा वेगाने जर महसुलाचे काम चालत असेल, तर देश आपली प्रगती कशी करणार? परंतु आता ऑनलाईन कामकाज चालू झाल्यामुळे यामध्ये सुधारणा झाली आहे. आता वरिष्ठ अधिकारी तलाठी आणि मंडल अधिकारी यांनी केलेल्या कामकाजाचा आढावा दर पंधरा दिवसांनी घेतला जातो. वेगवान कामकाज आणि खातेदाराला चांगली सेवा देणे, हा हेतू आहे.

आपल्या देशात गल्लीपासून दिल्लीपर्यंत भ्रष्टाचार चालतो. जनतेच्या कामाची सरकारी कार्यालयात अडवणूक होते. अनेक असतील नसतील त्या अडचणी सांगून सरकारी अधिकारी जनतेला वारंवार ऑफिसमध्ये यायला लावतात. 'सरकारी काम अन् बारा महिने थांब' ही एक म्हण आहे. ती खरी आहे असे जनतेला वाटू लागते.

माझे मराठी तरुणांना आवाहन आहे, की जर तुम्ही सरकारी नोकरी करणार असाल, तर ती देशासाठी-समाजासाठी करा. देशाची सेवा करा. परंतु, नोकरीत भ्रष्टाचार करू नका. जनतेला वेठीला धरू नका. सरकार प्रत्येक नोकरी करणाऱ्याला पुरेसा पगार देत असते. पगार कमी पडत असेल, तर खुशाल मंत्रालयासमोर मुंबईत, दिल्लीत उपोषण करा. तुमच्या खात्याच्या मंत्री महोदयांना निवेदन द्या. पगारवाढ करून घ्या. परंतु, भ्रष्टाचार करू नका. जर पैसेच मिळवायचे असतील, तर सरकारी नोकरी करू नका. त्यासाठी व्यापारी-उद्योजक-कारखानदार बना. कारण हा पेशा केवळ पैसे मिळवण्यासाठीच आहे.

पण सरकारी नोकरी म्हणजे देशसेवा, अधिक गरजेपुरता पैसा नियमानुसार असे समीकरण आहे. हे समीकरण अनेकांना समजत नाही, ते हे समीकरण उलटे करून ठेवतात.

सरकारने भ्रष्टाचाराची तक्रार करण्यासाठी प्रत्येक जिल्ह्याच्या ठिकाणी लाचलुचपत प्रतिबंधक कार्यालय असते. कोणी तलाठी-ग्रामसेवक-पोलीस लाच मागत असतील, तर या कार्यालयात लेखी तक्रार करता येते. हे कार्यालय तक्रार देण्यासाठी नेहमी आवाहन करत असते. स्थानिक वर्तमानपत्रात त्यांचे नंबर येतात. भारतातील कोणीही कायदेशीर नागरिक तक्रार देऊ शकतो. येथील तक्रारीवरून लाच मागणाऱ्यावर कायदेशीर कारवाई होते.

भ्रष्टाचार करणे किंवा न करणे हा घरातील संस्काराचा विषय आहे. माता-पिता-शिक्षक यांच्या शिकवणूकीतून तरुण घडत असतो. जगात चांगले काय व वाईट काय आहे, यांच्या कल्पना संस्कार-शिकवणीतून येत असतात. पुढे नोकरीत तो तसाच वागत असतो. कायदे कडक केले म्हणून भ्रष्टाचार कमी होत नसतो. तसे असते तर आतापर्यंत भ्रष्टाचार संपला असता. भ्रष्टाचार संपवण्यासाठी माता-पिता आणि शिक्षक यांच्यावर मोठी जबाबदारी आहे.

भ्रष्टाचाराच्या तक्रारीसाठी प्रत्येक जिल्ह्यात एक कमिटी स्थापन करावी. सदर कमिटीमध्ये जिल्हाधिकारी, पालकमंत्री, सर्व जिल्ह्यातील तहसीलदार, प्रांताधिकारी, पोलीस अधीक्षक यांचा समावेश करावा. नागरिकांची जर सरकारी कामात अडवणूक होत असेल, तर या कमिटीकडे लेखी तक्रारी द्याव्यात. ही कमिटी लाच मागणाऱ्याला बोलावून कामकाज सुधारणा करण्याविषयी लेखी नोटीस देईल. कमिटीच्या अशा तीन नोटीसा लाच मागणाऱ्याला मिळाल्या आणि नंतर जर चौथी तक्रार आली, तर या कमिटीच्या अहवालानुसार सरकार त्या अधिकाऱ्याला कायमचे नोकरीतून काढून टाकेल. अशा कारवाईमुळे भ्रष्टाचाराला लगाम बसेल.

शेवटी काय, तर सरकारी नोकरी ही पैसे मिळवण्यासाठी नसून ती देशसेवेसाठी असते. हे तरुणांना समजले, तेव्हाच ते लोकशाहीचे यश समजता येईल. चांगल्या आणि निकोप लोकशाहीकडे आपण चालू लागल्याची ती पहाट असेल. या देशाच्या विकास आणि कल्याणासाठी अनेक क्रांतिकारकांनी बलिदान दिले आहे.

...

विवाह

विवाह म्हणजे सुखी जीवनासाठी पती-पत्नीने केलेला 'कायदेशीर करार' होय. विवाहाची व्याख्या आजकालच्या तरुण-तरुणींनी समजून घ्यावी. सर्वांच्या साक्षीने म्हणजे नातेवाईक, मित्र, ग्रामस्थांच्या हजेरीत लग्नकार्यालयात हा एक दोन दिवसाचा कार्यक्रम म्हणजे खरे तर करार साजरा केला जातो. हा करार विवाह निबंधकाच्या कार्यालयातही करता येतो; पण त्यामध्ये फारसा आनंद साजरा करता येत नाही.

समाजात मुलगा, आई-वडील, चुलते मुलगी पाहाण्यासाठी तिच्या गावी जातात. विवाहासाठी मुलगी दिसायला कशी आहे? शिक्षण किती झाले आहे? वय किती? छंद-आवड काय आहे? स्वयंपाक येतो काय? याची माहिती घेतली जाते. मुलाला सुंदर पत्नी हवी असते, तर मुलीलाही देखणा पती हवा असतो. दोघेही बाह्य सौंदर्याला महत्त्व देतात. पती-पत्नी दोघेही सुंदर असले म्हणून काय संसार सुखाचा थोडाच होतो. सुंदर दिसण्याबरोबरच पती-पत्नीचा स्वभाव चांगला असावा लागतो. या जगातील कोणताही डॉक्टर स्वभावावर औषध देऊ शकत नाही. पती-पत्नीचा स्वभाव हा लहानपणीच्या संस्कारावर, घरातील वातावरणावर अवलंबून असतो. दोघांचे स्वभाव जुळले, तर एक जन्म काय सात जन्म पुन्हा विवाह करतील.

हे झाले बाह्य सौंदर्याचे. आजकालच्या मुलींच्या अटी फार अवघड असतात. मुलाला मोठ्या पगाराची सरकारी नोकरी असावी. मुलाची शेती हवी; पण शेतकरी नवरा नको. मुलींनी आणि त्यांच्या पालकांनी हे समजून घेतले पाहिजे, की समाजातील प्रत्येक तरुणाला सरकारी नोकरी मिळू शकत नाही. सरकारही ती देऊ शकत नाही. कारण आपली लोकसंख्या आता १४१ कोटींच्या वर आहे. अफाट लोकसंख्या असल्यामुळे बेरोजगारीचे प्रमाणही भरपूर आहे. त्यामुळे प्रत्येकाला सरकारी नोकरी मिळणे अवघड होते. व्यवसाय-शेती करण्याशिवाय दुसरा पर्याय नसतो. कारण परमेश्वराने दिलेले

जीवन हे शेवटी जगावेच लागते. सरकारी नोकरी करूनच जीवन चांगल्या पद्धतीने जगता येते आणि इतर मार्गांनी चांगले जीवन जगता येत नाही असे थोडेच आहे. व्यापार-व्यवसाय चांगला चालला, तर तो सरकारी नोकरीला कधीच मागे टाकू शकतो. मुकेश आणि अनिल अंबानी यांचे वडील धीरूभाई अंबानी सायकलवरून कपडे विकत असत. आज अंबानी बंधू अब्जाधीश आहेत. तसेच शेतीही चांगली शास्त्रीय पद्धतीने केली, तर तिचे उत्पन्न काही लाखांच्या घरात असते. अनेक तरुण आता शेतीमध्ये विविध पिकांचे विक्रमी उत्पन्न घेत असून लाखो रुपये मिळवत आहेत. सरकारी नोकरी मिळाली नाही म्हणून काय जीवन संपवत नाहीत. जीवन जगण्यासाठी जगात भरपूर चांगले मार्ग आहेत, फक्त तसा अभ्यास आणि नजर आपल्याकडे असायला हवी.

पूर्वी उत्तम शेती, मध्यम व्यापार, कनिष्ठ नोकरी असे समीकरण होते. मधल्या काळात हे सूत्र जरा बदलले होते; परंतु समाजाने हेच सूत्र पुढे चालू ठेवले पाहिजे. समाजाच्या प्रगतीसाठी आणि कल्याणासाठी हेच सूत्र योग्य आहे. 'शेतकरी नवरा नको' असे किमान शिकलेल्या मुलींनी तरी म्हणू नये. शेतकरी तरुणाने विवाह करू नये काय? त्याने विवाह केला नाही, तर पुढे शेती कोण करणार? आणि शेती करणाराच राहिला नाही, तर शेतीतून उत्पन्न कसे मिळणार? असे झाले तर सर्वांना अन्नधान्य मिळणार नाही आणि त्याशिवाय जीवन जगणेही अवघड होईल.

सरकारी नोकरी किंवा व्यवसाय-व्यापार करणारा पती सुखी जीवन देऊ शकतो, पण शेतकरी पती ते देऊ शकत नाही असे काहीही नसते. सुख म्हणजे तरी काय असते? नोकरी करणारा पती जर रात्री घरी येताना लेझीम खेळत येऊ लागला, तर सुखाला कोठे शोधायचे? पती व्यसनी निघाला. पत्नीला रोज किरकोळ कारणावरून मारहाण करू लागला, तर सरकारी नोकरवाला काय कामाचा. पतीला पसंत करताना पत्नीने त्याचे बाह्य रूप, त्याचा पेशा, संपत्ती यांचा विचार केलेला असतो. यात बऱ्याचदा स्वभावाचा विचार केलेला नसतो. आता गुणमिलन, पत्रिका कोणी पाहतात, तर कोणी पाहत नाहीत. पती-पत्नी अशा दोघांचाही स्वभाव चांगला असेल, तरच संसार चांगला होतो. असा संसार हजारात एक असतो. बाकी सारे लादलेले संसार असतात. दोघांपैकी एकाचा जरी भांडखोर, चिडखोर स्वभाव असेल, तर संसारात रोज आदळआपट आणि भांडणे होतात. मग पत्नी रुसून माहेरी जाते. राग शांत झाला आणि तिला योग्य वाटले, तरच ती सासरी परत येते. पती व्यसनी, संशयी असेल तर मग चांगल्या पत्नीचाही संयम तुटतो. पती सुधारत नसेल, तर ती माहेरी निघून जाते.

हे सर्व झाले पती-पत्नीच्या, आई-वडिलांच्या संमतीने झालेल्या विवाहाचे. अशा प्रकारच्या विवाहात कधीही-कितीही भांडण झाले, तरी सासरी आणि माहेरी दोघांचे आई-वडील मधला मार्ग काढून त्यांची भांडणे मिटवतात आणि त्यांचा संसार सुरळीत

चालू करतात.

'सैराट' सिनेमात दाखवल्याप्रमाणे काही तरुण-तरुणी आई-वडिलांना न विचारता, कोणतीही कल्पना न देता, अचानक पळून जातात. इथे एकमेकांच्या प्रेमात दोघेही आंधळे झालेले असतात. एकाच जातीचे असले तर ठीक, पण वेगळ्या जाती-धर्माचे असतील, तर प्रश्न आणखी अवघड होतो. असे प्रेमात पडलेले जोडपे नवीन ठिकाणी जाऊन संसार करू लागतात. जीवन जगण्यासाठी घरदार-पैसा-नोकरी-व्यवसाय लागतो. पतीला नोकरी मिळाली तर ठीक, निदान काही कामधंदा तरी हवा, तो जर मिळाला नाही तर खायचे काय? जागेला भाडे द्यावे लागते, तो खर्चही आहेच. समाजात असे पळून जाऊन जे विवाह करतात, ते विवाह पुढे यशस्वी होण्याची शक्यता फार कमी असते. कारण अशा विवाहाला दोघांचेही आई-वडील विरोध करतात. मग मदत पाठवायाचे तर दूरच राहिले. त्यामुळे दोघांनाही घरच्यांचा मोठा आधार मिळत नाही. परिणामी संसारात भांडणतंटा चालू होऊ शकतो. अगदीच दोघे 'एक दुजे के लिये' असतील, तर मग पैशासाठी मिळेल ते काम करतात. सासर-माहेरला विचारत नाहीत. संसाराची गाडी रेटून नेतात; परंतु अशा विवाहाला मग तो सुरळीत चांगला चालला असेल, तरी सासर-माहेरचा विरोध कायम राहतो. जोपर्यंत दोघांचे आई-वडील विवाहाला संमती देत नाहीत. तोपर्यंत या विवाहाला भवितव्य नसते. हे प्रेमिक तरुण-तरुणींनी समजून घेतले पाहिजे.

दोघांच्या आई-वडिलांच्या संमतीने झालेले विवाहच खरे विवाह असतात. तेच पुढे यशस्वी होतात. सैराट विवाहाचे काही खरे नसते. दोघांना एकमेकांचा अनुभव आला, की मग समजते हा विवाह चुकीचा आहे की बरोबर. समाजाला हा विवाह मान्य नसतो. प्रेमिक तरुण-तरुणींनी सैराट होण्यापेक्षा आपल्या आई-वडिलांचे मन जिंकावे. विवाहासाठी संमती मिळवावी. प्रेमात आंधळे होऊ नये. 'प्रेमात आणि युद्धात सारे माफ असते' अशी एक म्हण आहे. पण सैराट खेळ महागात पडू शकतो. अपेक्षाभंग झाला तर आत्महत्यादेखील घडतात, तेव्हा या खेळाचा विचार दहा वेळा करा, आई-वडिलांशी सर्वांशी चर्चा करा आणि मग निर्णय घ्या.

तर मग मंडळी आपण सैराट विवाहाचा विषय आता सोडून देऊ. कारण एकतर दोघांनी गाव-शहर सोडलेले असते आणि आपल्याला जेवणही दिलेले नसते. आता आपण आई-वडिलांनी संमती दिलेल्या आणि विवाह कार्यालयात आपण भरपूर जेवण केलेल्या विवाहाविषयी सखोल चर्चा करू या.

ठरवून झालेल्या विवाहात एकमेकांना स्वभावाची कल्पना नसते. संसारात अनेक कारणांमुळे भांडणतंटा होतो. रोजच भांडणे होत असतील, तर शेजारीही फारसे लक्ष देत नाहीत. फारच भांडण वाढले, तर ते पोलीस स्टेशनपर्यंत जाते. तिथे मिटले तर ठीक नाहीतर पुढे कोर्टात जाते. पती-पत्नीने रोजच भांडत बसणे योग्य नाही. दोघांनीही आपल्या

चुका सुधारून घ्याव्यात. एकमेकांना समजून घ्यावे. शेवटी संसार हा सुखासाठी असतो. संसारात मन मोठे असावे लागते, तरच संसार सुखाचा होतो.

दोघांचे फार पटत नसेल, तर दोघांनी भारत दर्शनासाठी, पर्यटनासाठी बाहेर पडावे. आग्रा-मथुरा-दिल्ली-अमृतसर-श्रीनगर-गुलमर्ग पाहावे. सिमला-मनालीला भेट द्यावी. तेथील मनाला आनंद देणारे निसर्गसौंदर्य पाहावे. श्रीनगरमधील मोठे दल सरोवर पाहा. येथेच राजेश खन्ना आणि आशा पारेख या जोडीचे 'अच्छा तो हम चलते है' या 'आन मिलो सजना' चित्रपटातील गाण्याचे शूटिंग झाले आहे. तुम्ही मोबाईलवर-युट्युबवर हे गाणे पाहू शकता. तसेच जीवनाचे तत्त्वज्ञान सांगणारे गायक मोहमंद रफी आणि लता मंगेशकर यांच्या कर्णमधुर आवाजातील 'आदमी मुसाफीर है, आता है जाता है, आते-जाते रस्ते में यादे छोड जाता है' हे गाणे पाहा. या गाण्याचा अर्थ आहे 'माणूस हा प्रवासी आहे. येतो-जातो. येता-जाता रस्त्यामध्ये आठवणी सोडून जातो.' यामुळे दोघांचे पटू शकते.

शेवटी विवाह हा सुखासाठीच असतो. दु:खासाठी कोणी विवाह करत नाही. पर्यटन केले तर दोघांचे सूर जुळू शकतात. जुळायला जरा वेळ लागतो. ते काही वेल्डिंग नव्हे. शेवटी सुख म्हणजे तरी काय असते? या जगातील अशी कोणतीही गोष्ट केली असता मनाला समाधान मिळते, त्यालाच सुख म्हणतात. दोघांनी एकमेकांना समजून घेतले, समजंसपणा दाखवला तर बाहेरच्या पर्यटनाचीही गरज लागणार नाही. कारण हा स्वभावाचा प्रश्न आहे. कोणताही डॉक्टर यावर औषध देऊ शकत नाही. प्रत्येक जोडीने आपले सुख-समाधान कशात लपले आहे, ते शोधावे आणि सुखाचा संसार करावा.

सुखी संसार कसा करावा, संसारात काय करावे आणि काय करू नये, याविषयी मी काही विशेष सूचना आणि मार्गदर्शन करणार आहे. समाजातील अनेक पत्नींना सवय असते, पती रात्री कामावरून दमून भागून घरी आल्यावर त्याच्यापुढे लगेच संसारातील तक्रारींचा पाढा वाचतात. किराणा मालाची, भाजीपाल्याची यादी त्याला देतात. वर असेही म्हणतात की, 'हे सर्व आधी घेऊन या, नंतर मी तुम्हाला चहा देते.' असे जर तुम्ही बोलू लागलात तर या जगातील कोणत्या पतीला राग येणार नाही? आपला पती नोकरी-व्यवसाय-शेती-राजकारण यांपैकी काहीही करत असेल, पण तो घरी आल्यावर तुम्ही असे पतीचे स्वागत करणार असाल, तर कोणताही पती मनातून नाराज होतो.

तो दिवसभर काम करून दमून रात्री घरी आल्यावर हसून त्याचे स्वागत करावे. हसायला पैसे लागत नाहीत. तुम्ही हसलात तरी त्याचा थकवा दूर पळतो. नंतर पतीला चहा-पाणी आणि थोडे खायला काहीतरी द्यावे. पतीला एक तासभर आराम करू द्यावा. नंतर हळूच घरातील-संसारातील अडचणी-तक्रारीचे विषय मांडावेत. पती म्हणजे संसाराचे तक्रार निवारण सेंटर नव्हे; पोलीस ठाणे हे समाजाचे तक्रार निवारण, न्याय देण्याचे केंद्र असते.

तहसीलदार आणि जिल्हाधिकारी कार्यालयात तक्रार निवारण करण्यासाठी विशेष कक्ष असतो. संसारातील अडचणी-तक्रारी घरातील सर्वांनी एकत्र बसून सर्वांनीच त्याचा निपटारा करावा लागतो. एक विषय झाल्यावर दुसरा विषय घ्यावा. अडचणी सोडवताना योग्य नियोजन असावे लागते. कोणत्याही कामाचे निम्मे यश तुमच्या योग्य नियोजनात लपलेले असते. अचूक नियोजन तुम्हाला यशाकडे घेऊन जाते. कामातील धांदरटपणा, विसराळूपणा, गडबड, अज्ञान, आगाऊपणा हा अपयशाकडे घेऊन जातो.

पतीराज हे पैसे मिळवण्याचे मशीन नव्हे. संसार जसा पतीचा असतो, तसा तो पत्नीचाही असतो. पत्नीने संसारात जमत असेल तर पैसे मिळवावेत, नाही मिळवले तरीही चालू शकते. पत्नीने संसाराला हातभार लावण्यासाठी नोकरी-व्यवसाय केला तर उत्तमच आहे; परंतु अनेक संसारात पत्नीची नोकरी किंवा व्यवसाय पतीला अडचणीचा ठरत असतो. असे काही प्रश्न-अडचणी तयार होत असतील, तर मग नोकरी नाही केली तरी चालेल. कारण यावरून संसारात मोठे वादळ, भांडणतंटा होण्याची शक्यता असते. तेव्हा यावर सर्वांनी एकत्र बसूनच निर्णय घ्यावा. संसार हा सुखासाठीच असतो, पती-पत्नी ही संसाराची दोन चाके आहे. चांगली चालत असतील, तर संसार चांगला चालतो. चाके थांबली तर संसार थांबतो.

तुम्ही गरीब-मध्यम-श्रीमंत अशा कोणत्याही समाजवर्गातील असलात, तरी घरातील महत्त्वाची कागदपत्रे हा विषय महत्त्वाचा असतो. नेहमी लागणारी रेशन कार्ड, आधारकार्ड, मतदान कार्ड, पॅनकार्ड, ड्रायव्हिंग लायसन्स, बँक पासबुक, बँकेचे दामदुप्पट किंवा इतर सर्टिफिकेट्स, दहावी-बारावी डिग्रीचे सर्टिफिकेट्स, घराचे ग्रामपंचायीचे-महापालिकेचे उतारे, सिटी सर्व्हेचे उतारे, नकाशे, सातबारा, खाते उतारा, पासपोर्ट, व्यवसायाचे दाखले, जात पडताळणी प्रमाणपत्र, जमिनीचे दस्त, हक्कसोड पत्र अशी महत्त्वाची सर्व कागदपत्रे घरात एकाच ठिकाणी सुरक्षित ठेवावीत. ती जर तुम्ही कोठेही आणि अनेक ठिकाणी ठेवू लागलात, तर अचानक महत्त्वाच्या कामाच्या वेळी ती सापडत नाहीत. मग पती-पत्नी एकमेकांवर आरोप करू लागतात. यावरूनही भांडण होते. यासाठी ती सर्व कागदपत्रे व्यवस्थित एकाच ठिकाणी सर्वांना सापडतील अशी ठेवावीत. कारण आता कागदपत्रांशिवाय कोणतेही सरकारी काम होत नाही. 'संजय गांधी योजना' श्रावणबाळ पेन्शन घेणाऱ्या आणि इतर नोकरीची पेन्शन घेणाऱ्यांना दरवर्षी हयात असल्याचा दाखला द्यावा लागतो. हयात असणे म्हणजे 'आम्ही जिवंत आहोत' असे शासनाला लिहून द्यावे लागते. ही सर्व कागदपत्रे महत्त्वाची असतात. म्हणून ती जपून ठेवा, कधी केव्हा गरज पडेल, ते सांगता येत नाही.

समाजातील काही तरुण-तरुणी आंतरजातीय तसेच वेगळ्या धर्मातील जोडीदाराबरोबर विवाह करतात. वेगळ्या जात-धर्माच्या विवाहाला शासन प्रोत्साहन देते; परंतु समाजाची

मान्यता मिळत नाही. त्यामुळे अशा विवाहाचे यश जरा अवघड असते. कारण समाज मान्यता नसल्यामुळे अशा जोडप्यांच्या मुलांची लग्ने जमवताना पुन्हा अडचणी येतात. ही अडचण सोडली, तर बाकी काही प्रश्न येत नाही. सध्या समाजात अशा विवाहाला आई-वडिलांची संमतीही मिळवली जाते; परंतु असे विवाह पती-पत्नीने पुढचा सर्व विचार करूनच करावा. कारण यांच्या पुढील भवितव्याविषयी काही सांगता येणार नाही.

शेवटी एका जातीच्या पती-पत्नीचे विवाह यशस्वी होतात. वेगळ्या जाती-धर्माच्या विवाहातील यशामध्ये अनेक अडचणी, अडथळे असतात. ते जर पार पडले तर मग काही अडचण राहत नाही. अशा विवाहाला समाज मान्यता मिळणे गरजेचे असते. त्यामुळे असे विवाह करताना पती-पत्नीने एकमेकांची पूर्ण माहिती करून घ्यावी. कारण पत्नी दूरची, अनोळखी भागातील असेल, तर ती पैसे आणि दागिने घेऊन सासरहून पळून जाऊ शकते. असे प्रकार घडलेले आहेत. पत्नीने पतीची फसवणूक करू नये. तसेच जबरदस्तीचा विवाह असेल, तर तोही करू नये. असे असेल तर पोलिसांना माहिती द्यावी. पतीने किंवा पत्नीने कोणत्या जाती-धर्मातील जोडीदाराबरोबर विवाह करावा हा प्रत्येकाचा खासगी विषय आहे. पुढील परिणामांची जाणीव ठेवून विचारपूर्वक जोडीदार निवडावा. कारण हा पूर्ण जीवनाचा प्रश्न असतो. स्वभाव जुळले नाहीत, तर अपेक्षाभंग होतो. नंतर जोडीदार बदलणे सोपे नसते. अनेक कायदेशीर मार्गांतून जावे लागते. जीवनात रोज कपडे आपण बदलतो, तसा जोडीदार बदलता येत नाही. घटस्फोट घेणे अवघड असते.

शेवटी विवाह हा प्रत्येकाला करावा लागतो. विवाहाशिवाय जीवन अवघड असते. सुखी जीवनासाठीच विवाह करायचा असतो. पुणे रेल्वे स्टेशनवरून संध्याकाळी झेलम एक्सप्रेस काश्मीरमधील जम्मूला जायला सुटते. ती केवळ मोठ्या स्टेशनवर थांबते. पण खूप कमी वेळ थांबते. तिला महाराष्ट्र, मध्यप्रदेश, उत्तरप्रदेश, हरियाणा, पंजाब, काश्मीर अशा अनेक राज्यातून सुसाटपणे धावत जम्मू गाठावे लागते. त्यामुळे तिला थांबायला वेळ नसतो. तुमच्या सुखी आणि गोड संसाराची 'झेलम एक्सप्रेस' तशीच धावू दे.

...

लोकशाही

अमेरिकेचे माजी अध्यक्ष अब्राहम लिंकन यांनी 'लोकशाही'ची सुंदर व्याख्या खालीलप्रमाणे केली आहे. 'लोकांनी लोकांच्यासाठी, लोकांकडून चालवलेले राज्य म्हणजे लोकशाही होय.' वाचक मित्रहो, हे प्रकरण पुस्तकामधील सर्वात शेवटचे असले तरी सर्वात महत्त्वाचे आहे. मी सर्व पुस्तकाचा सारांश या प्रकरणात घेतलेला आहे.

पहिले प्रकरण रेशन कार्ड घेतले आहे. समाजातील गरीब, दुर्बल आणि गरजू घटकांला धान्य मिळावे. त्यांचे रेशन कार्डविषयक अज्ञान दूर व्हावे यासाठी मी सदर प्रकरण सविस्तर घेतले आहे. दुसरे प्रकरण 'मी पुरंदर बोलतोय' हे घेतले आहे. समाजातील सर्वांना विशेषतः तरुणांना छत्रपती शिवाजी महाराजांचे आदर्श विचार काय आहेत ते समजावे, तरुणांनी भरकटलेल्या जहाजाप्रमाणे वागू नये यासाठी मी पुरंदराचे नाव पुढे करून महाराजांचे विचार समाज आणि तरुणांपुढे ठेवले आहेत. यामधून आदर्श विचारांचा तरुण घडावा ही माझी अपेक्षा आहे. 'शेवटी झोपलेल्याला जागे करता येते; पण झोपेचे नाटक करणाराला जागे करता येत नाही.'

तिसरे प्रकरण 'शेतजमीन' घेतले आहे. या प्रकरणामध्ये शेतकरी बांधवांना नेहमी लागणारे सातबारा, खातेउतारा, ग्रामपंचायत, सिटी सर्व्हे उतारा याविषयी सविस्तर मार्गदर्शन केले आहे. शेतकरी दोन प्रकारचे असतात. एक सुशिशित आणि दुसरा अशिक्षित. शिक्षण घेतलेल्या शेतकऱ्याला हे पुस्तक वाचले, तर समजू शकते. चौथे प्रकरण मी अपघाताचे घेतले आहे. यामध्ये अपघात कसे होतात आणि ते कमी करण्यासाठी काय करावे हे सांगितले आहे. अपघाताविषयी सर्वांनी एक विषय लक्षात ठेवावा. तो म्हणजे, आता राष्ट्रीय महामार्गाचे जाळे सगळीकडे झाले आहे; तुम्ही कधीही, कोठूनही महामार्गावर येताना किंवा प्रवेश करताना महामार्गावरील वाहतूक पाहूनच प्रवेश करावा. अचानक तुम्ही हायवेवर आलात, तर वेगवान वाहनाबरोबर तुमची धडक झालीच म्हणून समजा. कारण हायवेवर वाहने वेगात असतात. कोण

कोठून हायवेवर प्रवेश करत आहे, हे हायवेवरील वेगवान वाहनाचा चालक कधी पाहत नसतो. प्रवेश करणाऱ्यालाच काळजीपूर्वक जावे लागते. अचानक हायवेवर जाऊ नका, कारण मी सांगितले, तसे अपघात घडले आहे. जीवन अमूल्य आहे यासाठी हे सांगावे लागते.

पाचवे प्रकरण 'पर्यावरण' हे आहे. निसर्गाचा समतोल बिघडला आहे. तो आता लहरी झाला आहे. कधीही अतिवृष्टी, ढगफुटी, दुष्काळ, गारपीठ, वादळ होत आहे. त्यामुळे शेतीच्या उत्पन्नावर परिणाम होतो. यासाठी पर्यावरणाचे नियम सर्वांनी पाळले पाहिजेत. तरच आपण जीवन जगू शकतो.

सहावे प्रकरण बेरोजगारी आहे. देशाची लोकसंख्या चीनची बरोबरी करत असल्यामुळे सर्वांना सरकारी नोकरी मिळू शकत नाही. बेरोजगार तरुणांनी काय करावे, ते या प्रकरणात सांगितले आहे. सातवे प्रकरण 'गुन्हेगारी' हे आहे. यामध्ये समाजातील काही तरुण गुन्हेगारीकडे वळलेले असतात. परंतु, यांचा शेवट पोलीस-कोर्ट-जेल असा होत असतो. पैशाची गरज सर्वांनाच असते, म्हणून ते कोणत्याही मार्गाने मिळवायचे नसतात. चांगल्या, कायदेशीर मार्गानेच धन मिळवले पाहिजे, नाहीतर मग कर्माचे कडू फळ मिळते.

आठव्या प्रकरणात मी 'व्यसनाधीनता' हा विषय घेतला आहे. माणसाचे जीवन व्यसनामुळे लवकर संपते. व्यसनापासून दूर राहिले पाहिजे. दूर राहिलात तरच तुम्ही जीवन जगू शकाल. या प्रकरणाच्या दुसऱ्या भागात भ्रष्टाचार हा विषय घेतला आहे. 'भ्रष्टाचार कमी करण्यासाठी काय करावे' याचे सविस्तर मार्गदर्शन मी या प्रकरणात केले आहे. भ्रष्टाचार जर वाढला, तर तो जनतेला तापदायक ठरू शकतो.

नववे प्रकरण 'विवाह' या विषयावर आधारित आहे. या प्रकरणात विवाहाचे अनेक प्रकार, जसे की ठरवून केलेले विवाह, सैराट विवाह, वेगळ्या जाती-धर्मांतील विवाह याचे फायदे-तोटे सविस्तर सांगितले आहेत. शिवाय वैवाहिक जीवन सुखी कसे करावे तेही सांगितले आहे. दहाव्या प्रकरणात लोकशाही हा विषय घेतला आहे. लोकशाही-राजेशाही-हुकूमशाही-शिवशाही असे देशातील राजवटीचे प्रकार आहेत, आपण ते सविस्तर पाहणार आहेत.

आपल्या देशात पूर्वीपासून कोणता ना कोणता राजा जनतेवर राज्य करत असे. राजा जर जनतेवर राज्य करीत असेल, तर त्याला 'राजेशाही' म्हणतात. अशा राज्यात राजा आपल्या मनाप्रमाणे वागत असतो. मनाप्रमाणे कारभार करत असतो. आपण आपल्या मित्राला किंवा नातेवाईकाला बोलताना सहज म्हणत असतो, 'काय राजेशाही थाट आहे.' त्याचा अर्थ मित्र किंवा नातेवाईक राजाप्रमाणे वागत असतात.

आपल्या देशात अनेक राजे होऊन गेले आहेत. राजाचा स्वभाव कसा आहे,

त्याच्यावर झालेले संस्कार कसे आहेत, यावरूनच तो जनतेशी कसा वागतो हे ठरत असते. काही राजे जनतेवर प्रेम करणारे, जनतेच्या सुखासाठी-कल्याणासाठी झगडणारे होते; परंतु काही राजे जनतेवर जुलमी कर लावून अन्याय-अत्याचार करून त्यांचे जीवन अवघड करणारेही होते. राजाने जनतेशी कसे वागावे, याचे काही कायदे नसतात. मात्र तसे कायदे लोकशाही आणि शिवशाहीत नक्कीच असतात. राजेशाहीत राजा कसाही वागू शकतो. कारण त्याला जाब विचारणारा कोणी नसतो. तो चांगला आहे की वाईट आहे, हे जनतेच्या नशिबाचा भाग असे.

'शिवशाही' हा राजेशाहीमधलाचा एक प्रकार आहे. आपल्या महाराष्ट्राचे लाडके छत्रपती शिवाजी महाराज हे एक उत्तम आदर्श राजे होते. जनतेच्या किंवा प्रजेच्या कल्याणासाठी अहोरात्र झटणारे होते. जगातील उत्तम आदर्श राजे असल्यामुळे त्यांच्या नावानेच एक वेगळी शाही तयार झाली आहे. तिलाच आपण 'शिवशाही' म्हणतो. शिवशाही ही लोकशाहीसारखीच आदर्श शाही आहे. कारण शिवशाहीत जनतेच्या कल्याणाचा विचार प्रथम केला जातो.

शिवशाहीत महाराजांनी एक सक्त हुकूम आपल्या सर्व सैनिकांना दिला होता की, "घोड्यावरून मोहिमेवर किंवा कोठेही जात असाल, तर शेतकऱ्यांच्या पिकामधून जायचे नाही, तर बांधावरून जायचे. शेतकऱ्यांच्या भाजीच्या देठालाही हात लावू नका. त्यांचे कोणतेही नुकसान करू नका." तसेच कोणीही व्यसन करू नये. जनतेला विनाकारण त्रास देऊ नये. यासाठी महाराज कायम प्रयत्नशील असत. यावरून लक्षात येते की महाराज आपल्या जनतेची किती काळजी करत होते. महाराजांच्या जागी कोण वेगळ्या विचारांचा राजा असता आणि कोणी शेतकऱ्याने जर घोड्याची तक्रार केली असती, तर तो म्हणाला असता, 'मग घोड्यांनी कोठून जावे? घोडी तिथून जात असतील, तर तू तिथे पीक घेऊ नकोस.'

आता आपण हुकूमशाहीचा विचार करू या. या जगात हिटलर आणि इंग्रज हुकूमशहा होते. इंग्रजांच्या राज्यावर तर सूर्य कधी मावळत नसे, कारण जगात ते सगळीकडे होते. इंग्रजांनी आपल्या भारतावर साता समुद्रापलीकडून येऊन साधारण दीडशे वर्षे राज्य केले. येथे जर दोन राजांमध्ये भांडणतंटा असेल, तर ते इंग्रज एकाबरोबर दोस्ती करत आणि दुसऱ्याचा शेवट करत. नंतर पहिल्याचाही शेवट करत. असे त्यांचे राजकारण असे. येथे त्यांनी कोणाशीही केलेली मैत्री ही केवळ सत्तेसाठी केलेले नाटक असे. आपले काम झाले की ते त्या मित्राला दूर करत असत.

इंग्रजांवरील कोणताही चित्रपट पाहा. त्यांनी कटकारस्थानाने केलेला अन्याय आणि अत्याचारच दिसेल. २००१ साली आलेला अमीर खानचा 'लगान' चित्रपट पाहा. दुष्काळ पडलेला असतो. पाऊस पडत नाही, पिण्यासाठीही पाणी नसते, तरी इंग्रज

अधिकारी येथे 'लगान' म्हणजे 'कर' मागत असतात. 'आम्हाला क्रिकेटमध्ये हरवा, तर तुमचा लगान माफ करू' अशा अटी घालतात. लगान माफ करावा यासाठी अमीर खान आणि त्यांची टीम इंग्रजांच्या टीमबरोबर क्रिकेट खेळते आणि विजय मिळवते.

असाच इंग्रज राजवटीचे खरे रूप दाखवणारा 'क्रांती' हा सुंदर चित्रपट तरुणांनी नक्की पाहावा. इंग्रजी साहेब पंधरा-वीस क्रांतिकारकांना पकडून जहाजातून इंग्लंडला नेत असतो. त्यांना साखळीने बांधून जहाज चालवण्याचे काम दिलेले असते. मनोजकुमारला एका खांबाला बांधलेले असते. हेमामालिनीचेही हात बांधलेले असतात. साहेबांची मॅडम त्यांच्यावर रागवत असते. साहेबांच्या ग्लासातील दारू संपल्यावर मनोजकुमारला तोफेच्या तोंडी देऊन मारायचे असते. हेमाचे हात बांधलेले असले, तरी तिचे पावसातही 'जिंदगी की ना टुटे लडी, प्यार करले घडी दो घडी' हे त्यावेळचे गाजलेले अप्रतिम सुंदर कर्णमधुर गाणे पाहा. हे गाणे ऐकताच साहेबाचा नोकर आणि आपलाच एक जातभाई याचे मन बदलते. तो साहेबांची नजर चुकवून ग्लासात मद्य ओततो. त्यांचे डोळे पाणावतात. त्यांच्या हातातील जळण आणि कुऱ्हाड खाली पडते. ती मनोजकुमारच्या पायाजवळ पडते. तो ती फळीच्या फटीतून पायाने खाली ढकलतो. ती खालच्या भागातील क्रांतिकारक शत्रुघन सिन्हाजवळ पडते. तो कुऱ्हाडीने सर्वांच्या साखळ्या तोडतो. बाहेरूनही होडीने मदत येते. जोरदार गोळीबार होतो. क्रांतिकारकांचा जहाजावर कब्जा होतो. इंग्रज जहाज चालवू लागतात. अशी सुंदर कथा असलेला हा चित्रपट आहे.

'मंगल पांडे' तसेच आता २०२२ मध्ये आलेला नवीन 'आर.आर.आर' पाहा. या चित्रपटात इंग्रज साहेबांची मॅडम साहेबांबरोबर शिकारीला जंगलात जाते. तिथे गेल्यावर एक लहान मुलगी चांगले गाणे म्हणते. ती मुलगी त्यांना आवडते म्हणून ते तिला जबरदस्तीने राजवाड्यात नेतात. तिची आई त्यांना विरोध करते, तर तिला ते मारहाण करतात. या मुलीची सुटका चित्रपटाचा हिरो कसा करतो, ते अतिशय रंजकपणे सादर केले आहे.

इंग्रजांनी आपल्या देशावर हुकूमशाही राजवटीने दीडशे वर्षे राज्य केले. ते वास्तवात जसे अन्याय-अत्याचार करत, तसेच चित्रपटातही दाखवले आहे. अमृतसर येथे जालियनवाला बाग आहे. येथे क्रांतिकारकांनी एक सभा आयोजित केली होती. या सभेसाठी जमलेल्या तरुण, वृद्ध, लहान सर्वांवर अमानुष गोळीबार केला गेला, असे इंग्रजी साहेब होते. हुकूमशाही राजवट ही जनतेवर जुलूम करणारी राजवट असते. इंग्रज येथील कच्चा माल इंग्लंडला घेऊन जात आणि पक्का माल तयार करून येथे आणून विकत असत. येथील व्यवसाय-उद्योगधंदे त्यांनी बंद पाडले. त्यामुळे येथे प्रचंड बेरोजगारी आणि गरिबी आली, लोकांना कामच मिळत नव्हते. त्यांनी काही रेल्वे,

पोस्ट, तार अशा सुधारणा केल्या; परंतु नागरिकांचे भाषण, संचार, धार्मिक, व्यवसाय-नोकरी, संपत्तीविषयक स्वातंत्र्य धोक्यात आले होते. इंग्रज राजवटीविरुद्ध काही बोलले किंवा काही केले, तर सरळ जेलमध्ये पाठवले जायचे. कोर्ट आणि न्यायाधीशही इंग्रजच असत. इंग्रज संख्येने कमी असल्यामुळे आपल्या देशातील अनेकांना त्यांनी नोकरीला ठेवून घेतले होते.

शेवटी हुकूमशाही ही वाईटच असते. नागरिकांचे अनेक अधिकार कमी होतात किंवा त्यावर बंधने येतात. त्यामुळे सुखी जीवन जगणे अवघड होते.

त्यामुळे वाचक मित्रहो, सर्वात चांगली राजवट म्हणजे आपली लोकशाही आहे. जगातील सर्वात मोठी लोकशाही आहे. तिला जगात मान आहे. तसेच लोकशाहीत 'शिवशाही' जर आली, तर दुधात साखर घातल्यावर जसे दूध गोड होते, तसे लोकशाहीचे होईल. ती गोड होईल. लोकशाही अधिक शिवशाही हे कॉकटेल मिश्रण जनतेच्या सुखासाठी, प्रगतीसाठी आणि कल्याणासाठीच असते. राजेशाही राजांच्या मनाप्रमाणे असते, तर हुकूमशाही जनतेच्या विरोधात असते.

अनेक अगणित क्रांतिकारकांनी आपल्या जिवाचे बलिदान देऊन क्रांतीची होळी मोठी केल्यामुळे आपली 'भारतमाता' इंग्रजांच्या गुलामीतून-हुकूमशाहीतून मोकळी झाली. त्यामुळेच आज आपण सर्वजण स्वातंत्र्याची फळे चाखत आहोत. लोकशाहीत लोकांच्या मनाप्रमाणे गावातून सरपंच, चार-पाच गावांमधून पंचायत समिती सदस्य, दहा-पंधरा गावांमधून एक जिल्हा परिषद सदस्य, एक किंवा दोन तालुक्यांमधून विधानसभा सदस्य म्हणजेच आमदार आणि अर्धा, एक किंवा दीड जिल्ह्यातून एक लोकसभा सदस्य म्हणजेच खासदार दर पाच वर्षांनी निवडून देता येतो.

अठरा वर्षांवरील मतदान कार्ड घेतलेले सर्वजण मतदान करू शकतात. सर्वांच्या मताची किंमत सारखीच असते. येथे गरीब, श्रीमंत असा भेदभाव नसतो. 'भारतीय निवडणूक आयोग' नियमानुसार ग्रामपंचायतीपासून खासदारांपर्यंत वेळोवेळी निवडणुका घेत असते. त्यामुळे सर्वांनी मतदान करावे. मतदानाच्या दिवशी कोठे बाहेरगावी न जाता आपली लोकशाही बळकट करण्यासाठी मतदान करून हातभार लावावा.

तुम्ही गावात सदस्य निवडून देता. या सर्व सदस्यांमधून 'सरपंच' निवडला जातो. सरकारच्या नवीन धोरणानुसार तो तुम्हाला थेटही निवडता येतो. 'पंचायत समिती सदस्य' तुम्हीच निवडून देता. त्यामधून 'पंचायत समिती'चा 'सभापती' निवडला जातो. तो पंचायत समितीचा कारभार पाहतो. तुम्ही 'जिल्हा परिषद सदस्य' निवडता, त्यामधून जिल्हा परिषदेचा अध्यक्ष निवडला जातो. जो सगळा कारभार पाहातो. विधानसभा सदस्य म्हणजे आमदार. निवडलेल्या आमदारांमधूनच मंत्री निवडले जातात. प्रत्येकाला एक किंवा जास्त खाती दिली जातात. मंत्र्यांमधून 'मुख्यमंत्री' निवडला जातो. तो

राज्याचा कारभार पाहतो. लोकसभा सदस्य म्हणजे खासदार. या खासदारांमधूनच सर्व खात्याचे मंत्री निवडले जातात. हेच मंत्री पंतप्रधान कोण असावा ते ठरवतात किंवा निवडतात. हेच पंतप्रधान भारत देशाचा कारभार पाहातात. अशी सुंदर रचना आपल्या लोकशाही देशात केलेली आहे. यात शिवशाहीच्या मार्गाने कारभार चालला, तर उत्तमच आहे. त्यासाठी पंतप्रधान, मुख्यमंत्री, आमदार, खासदार शिवशाहीच्या विचाराचे असावे लागतात. असे झाले तर जनतेची दिवाळी साजरी होईल. शिवशाही ही राजवट जर खरोखर आली तर बेरोजगारी, महागाई, गुन्हेगारी, शेतकरी आत्महत्या असे प्रश्न लवकरच निकालात निघतील. कारण या प्रश्नांच्या मागे सरकारच लागेल.

वाचक मित्रहो,

कोणताही लेखक हा समाजाचा शिक्षकच असतो. बाजारात सर्व विषयाची पुस्तके हजर असतात. नोकरी कशी मिळवावी, मुलाखत कशी द्यावी, यश कसे मिळवावे, विवाहाचा जोडीदार कसा निवडावा, बुद्धिमत्ता किंवा आयक्यू कसा वाढवावा. कोणकोणते व्यवसाय करावेत त्याची सविस्तर माहिती. शेतीमधील कोणती पिके कशी करावीत, शिवाय करमणुकीच्या कथा, कादंबऱ्या अशी विविध विषयांवरची पुस्तके असतात. समाजातील तरुणांनी नोकरी व्यवसाय आणि बुद्धिमत्ता वाढवण्यासाठी गरजेनुसार वाचावीत. कारण ज्ञान हे अमृत आहे. भूमितीमधील काटकोन नव्वद डिग्रीचा असतो. पुस्तक लिहिताना विषयांचा तीनशेसाठ डिग्रीतून विचार करावा लागतो, तेव्हा कोणतेही पुस्तक तयार होते.

आजच्या तरुणांनी राजहंसाप्रमाणे वागले पाहिजे. समाजातील चांगल्या गोष्टी घेतल्या पाहिजेत. वाईट आहे ते सोडून दिले पाहिजे. पूर्वी काही सामाजिक संदेश देणारे मराठी चित्रपट येऊन गेले आहेत. कोणत्या चित्रपटाने काय समाजाला सामाजिक संदेश दिला आहे, ते मी तुम्हाला आता सांगणार आहे.

तमाशा-नाटक-चित्रपट-ऑर्केस्ट्रा हे करमणुकीसाठीच असतात. परंतु त्यामधूनही शेवटी काहीतरी सामाजिक संदेश दिलेला असतो. नेमके येथेच आजची तरुण पिढी दुर्लक्ष करत असते. पूर्वीचे तमाशे रात्रभर झाडाखाली चालत असत. 'गण-गौळण-बतावणी-गाणी-वग' असे तमाशाचे स्वरूप असते. कोणत्याही तमाशाची सुरुवात शाहीर पठ्ठे बापूरावांचे नाव घेतल्याशिवाय होत नाही. ते इंग्रजांच्या काळात होते. आमचे सावळज गावही तमाशासाठी प्रसिद्ध आहे. त्यावेळी आमच्या गावातून तात्या सावळजकर नावाचा एक मोठा तमाशा कलाकार होऊन गेला. त्याने एका जाहीर कार्यक्रमात पठ्ठे बापूरावांना सवाल-जबाबमध्ये हरवले होते. या तात्याचे गुरू सिदराम पिराजी कासार (बागवडे) हेही आमच्या सावळज गावातीलच होते. तात्याच्या जीवनावर आधारित जुना मराठी चित्रपट 'मानाचा मुजरा' हा आहे. कोल्हापूरच्या

त्यावेळच्या शाहू महाराजांनी आमच्या तात्याचा जाहीर सत्कार केला होता.

जुना 'वारणेचा वाघ' हा चित्रपट अनेकांना आठवत असेल. याची कथा फार सुंदर आहे. इंग्रजांच्या नोकरीत असलेल्या सत्तूला साहेब काही कारणांमुळे मारहाण करून नोकरीतून काढून टाकतात. तो गावाकडे परत येतो. एकदा रानात गेला असता एका गरोदर स्त्रीला गावातीलच एक जमीनदार त्यांच्या कुंपणावरील जळणासाठी काही लाकूड-काटकी घेतली म्हणून मारहाण करत असतो. सत्तूचे काम सूर्यकांतने चांगले केले आहे. सूर्यकांत त्याला समजावतो, "अरे बाबा, जळणाची काय किंमत आहे, ती गरोदर असल्यामुळे पोटातील बाळ आणि ती दोघेपण मरतील." तरी जमीनदार ऐकत नाही. म्हणून सत्तू त्याला रायफलने गोळी घालतो. तिचा जीव वाचवतो आणि तो फरार होतो.

सत्तू ऊर्फ सूर्यकांत वारणा भागात एका दरोडेखोरांच्या टोळीत सामील होतो. टोळीला देशभक्तीचे धडे देतो. 'आपल्या भारतमातेला आपण इंग्रजांच्या राजवटीतून सोडवू या', असे समजावून पटवून सांगतो. इंग्रजाना सामील आहेत त्यांच्यावर दरोडे घालणे, गरिबांना मदत करणे असे सत्तूचे विचार असतात. त्याच्या विचारांप्रमाणे ते तसे प्रत्यक्ष करू लागतात. इकडे त्या महिलेचा मुलगा मोठा होतो. मावशीकडे सातारला शिकायला राहतो. इंग्रजी 'फादर'कडे राहून जेवण, शिक्षण असे सर्व शिकतो. मोठा फौजदार होतो. दरोडेखोर सत्तूला पकडायची कामगिरी त्याच्यावर येते. तो आईची भेट घेतो. आई त्याला कडाडून विरोध करते. डोंगरदरीत सत्तूच्या टोळीचा आणि फौजदाराच्या पोलिसांचा जोरदार गोळीबार होतो. सत्तू त्याला गोळी घालत नाही. फौजदाराचीच गोळी त्याला लागते. या बातमीने महिलेचाही मृत्यू होतो. सत्तूला आणि तिला वारणा नदीकाठी चिता रचून अग्नी दिला जातो असतो. फौजदाराला पुरावा म्हणून सत्तूचे प्रेत हवे असते. शेजारी रॉकेल ठेवलेले असते, ते तो पाणी समजून चितेवर टाकतो तशी चिता भडकते आणि तोही पेटतो. स्वतःला वाचवण्यासाठी तो जवळच्या नदीत उडी टाकतो. आपल्या मुलाने सत्तूला मारावे ही कल्पनाच तिला सहन होत नाही. ती तिच्या मुलाला म्हणते की, 'तू सत्तूला मारू नकोस, त्याने तुझा जीव वाचवला आहे. तो जर त्यावेळी नसता, तर तू या जगात आलाच नसतास.' परंतु, फादर आणि इंग्रजांची भाकरी खाऊन, शिक्षण घेऊन मोठा झालेल्या मुलाला आपले कर्तव्य श्रेष्ठ वाटत असते. तो भावनेला महत्त्व देत नाही. सत्तू म्हणजे दरोडेखोर इतकेच तो बोलत असतो. आईवर आणि पर्यायाने त्याच्यावरही केलेल्या उपकाराची त्याला जाणीव नसते.

शाहीर अण्णाभाऊ साठे यांच्या 'वारणेचा वाघ' पुस्तकावर सदर चित्रपट आहे. या चित्रपटात 'सत्तू धर्माचा माझा भाऊ माझ्या वारणेचा वाघ यावा घरा यावा घरा' आणि दुसरे गाणे सत्तू साताऱ्याला मुलगा वकील झाला आहे का फौजदार झाला आहे, याची

बातमी काढण्यासाठी गेल्यावर 'अंडे आधी का कोंबडे आधी त्याचे पुराण लई हाय लांबड' हे सत्तू आणि त्याच्या टोळीने म्हणलेले गाणे लाजबाब झाले आहे.

'पिंजरा' चित्रपटात एक मास्तर आणि पाटील असतात. दोघेही गावात तमाशाबंदी आणि दारूबंदी करतात; परंतु पाटलाचा मुलगाच सायकलच्या दुकानात चोरून दारू पिताना सापडतो. तेथेच मास्तर मुलाचे वैर तयार होते. मास्तर तमाशावालीच्या नादाला लागून तिच्या प्रेमात पडतात. गाव सोडतात. तमाशातच काम करू लागतात. गाव सोडताना पाटलाच्या मुलाचा एकाने खून केलेला असतो; परंतु कपडे बदलल्यामुळे गाव समजते, की मास्तरांचाच खून झाला आहे. नंतर पोलीस मास्तरांनाच पकडून त्यांच्याच खुनाचा आरोप त्यांच्यावर ठेवून त्यांना फाशी देतात. मास्तर आपल्या तत्त्वासाठी फाशी जातात. कोर्टात त्यांना सांगता आले असते की, 'ज्याचा खून झाला आहे तो मीच मास्तर आहे' तर कोर्टाला त्यांना सोडावे लागले असते; परंतु गावाचा चांगल्या गोष्टीवरचा विश्वास उडाला असता. म्हणून ते तसे करत नाहीत.

'जोतिबाचा नवस'मध्ये सूर्यकांत ऊर्फ सर्जा कोल्हापुरात शिकत असतो. इकडे सावकार राजशेखर त्यांची जमीन बळकावतो. कारण ती सर्जाच्या वडिलांनी गहाणवट ठेवलेली असते. दिलेले कर्ज ते फेडू शकत नाहीत. यातच त्यांचा मृत्यू होतो. सर्जा गावात येतो. सावकाराच्या वाड्यावर कुऱ्हाड घेऊन जातो. तेथे दोघांची झटापट होते. सावकार वाड्याबाहेर पळू लागतो. सर्जा त्याची बंदूक घेऊन त्याचा पाठलाग करतो आणि त्याला गोळी मारतो. पण सावकार गोळी चुकवतो आणि ती गोळी तिकडून येत असलेल्या मास्तरांना लागते. ते ठार होतात. मरताना सर्जाकडून वचन घेतात की, 'माझ्या शाळेचे स्वप्न तू पुरे कर.' सर्जा ते मान्य करतो; परंतु त्याला कोणी पैसे देत नाही. शाळा उभी करण्यासाठी त्याला दरोडे घालावे लागतात. कोल्हापूरच्या डीएसपी साहेबांची मुलगी सर्जावर प्रेम करते. नंतर विवाहपण करते. वडिलांच्या मनाविरुद्ध करते. एक दिवस साहेबांचे पोलीस पथक सर्जा आणि त्याचे साथीदार यांच्यात जोरदार गोळीबार होतो. सर्जा ऊर्फ सूर्यकांत ठार होतो. शाळाही पूर्ण झालेली असते. सर्जाला गोळी लागल्यावर सर्जाला ती वचन देते की, 'मी तुमची शाळा चालवेन.' तशी ती चालवतेही. सर्जाच्या पत्नीचे काम पद्मा चव्हाणने खास केले आहे. 'पद्मजा' या कादंबरीवर आधारित हा चित्रपट आहे. गुरुजींना दिलेले वचन सर्जा पाळतो, तर पत्नी सर्जाला दिलेले वचन पाळते.

तांब्याचा 'विष्णू बाळा पाटील' या चित्रपटात सोसायटीच्या राजकारणातून तयार झालेली सूडकथा दाखवली आहे. प्रसिद्ध कोयनानगर धरणापासून पूर्वेला कराडपर्यंत सुंदर कोयना नदी वाहते. कराड येथे ती कृष्णेला मिळते. या कोयना नदीवर 'तांबवे' गाव आहे. या गावात विष्णूचे चुलते त्याच्या भावावर दोन वेळा प्राणघातक हल्ला

करतात. केवळ सोसायटीच्या राजकारणासाठी विष्णू हरी पाटलाच्या घरातील सर्व विरोधकांना संपवतो. शेवटी साताऱ्याच्या जेलमध्ये फाशी जातो. हरी पाटील जिवाची भीक मागतो, तेव्हा विष्णू त्याला म्हणतो, 'जीवदान गरिबाला देतात.'

'बापू बिरू वाटेगावकर' हा चित्रपट इस्लामपूरजवळील बोरगाव येथे झालेल्या सत्य घटनेवर आधारित आहे. बोरगावात एका गुंडाने आणि त्याच्या भावाने अन्याय, अत्याचार, दादागिरी यांचा कळस केलेला असतो. सगळे गाव त्याला घाबरत असते. बापू बिरू त्याला, त्याच्या भावाला आणि ताकारीच्या मामाला संपवतो. बापूला शेवटी जन्मठेप होते. बापू तत्त्वासाठी जगतो. बोरगाव आणि आजूबाजूच्या परिसरात बापूला देवमाणूस समजतात.

'झुंज' या चित्रपटात रवींद्र महाजनी आणि रंजना या जोडीने सुंदर काम केले आहे. रवींद्र गावातल्या मोठ्या जमीनदार-सावकाराचा मुलगा असतो. ऑलम्पिक स्पर्धेत पारितोषिक मिळवून गावात परत येतो. दलित समाजाविषयी त्याला प्रेम असते. मात्र त्याचे वडील त्या समाजाचे विरोधक असतात. वडील त्या समाजावर अन्याय करतात. वडिलांचे पैसे घेऊन रवींद्र तेथील लोकांना नवीन घरे बांधून देतो. रंजना दलित समाजाची असते. तरी तो प्रेम असल्यामुळे आणि तत्त्वासाठी तिच्याशी विवाह करतो. वडिलांनाही आपली चूक समजते. रंजना आणि रवींद्र मोठे मन करून त्यांना स्वीकारतात. 'कोण होतास तू, काय झालास तू' हे तरुण पिढीचे वर्णन करणारे सुंदर लाजबाब गाणे याच चित्रपटात आहे.

आजच्या तरुण-तरुणींनी समाजातल्या प्रत्येक गोष्टीतून काहीतरी शिकले पाहिजे. तमाशा-नाटक-चित्रपट-भजन-कीर्तन यांमधून कोणता सामाजिक संदेश मिळतो, ते समजले पाहिजे. केवळ करमणुकीच्या नजरेतून पाहायचे नसते.

तुम्ही जर सरकारी नोकरी करत असाल, तर असे काहीतरी करून दाखवा की तुमच्या खात्याच्या मंत्री महोदयांनी तुम्हाला बोलावून तुमचा जाहीर सत्कार केला पाहिजे. तसेच उद्योग-व्यापार करत असाल, तर या क्षेत्रातही 'जिल्हा उद्योग केंद्र' अर्ज केलेल्यांमधून नंबर काढून त्यांना पारितोषिक, सन्मानचिन्ह देत असते. शेती करत असाल तर यामध्ये काही विशेष उत्पन्न किंवा कामगिरी केली असेल तर शासन, पत्रकार, मीडिया त्याची दखल घेते. राजकारण करत असाल, तर यातही चांगली कामगिरी करून दाखवता येते.

तुम्ही कोणत्याही क्षेत्रात काम करत असलात, तरी देशासाठी-समाजासाठी काहीतरी विशेष कामगिरी करा. जेणेकरून समाजाने तुमचे नाव घेतले पाहिजे. माणसाला माणसाचा जन्म कशासाठी मिळाला आहे? मानवी जीवनाचा हेतू काय आहे? हे ज्याला समजले, तोच खरा माणूस आहे. जगात पशू-पक्षी-प्राणी पण जगतात; परंतु माणसासारखी बुद्धिमत्ता त्यांना मिळालेली नसते.

आपल्या महाराजांचे गुप्तहेर खात्याचे प्रमुख बहिर्जी नाईक होते. सुरत लुटायच्या आधी त्यांनी सहा महिने तिथे भिकारी, साधू, फकीर, पिंगळा, वासुदेव अशी विविध वेशांतरे करून सुरतेची सर्व पूर्ण माहिती त्यांनी करून घेतली होती. कोणाकडे सोने-नाणी किती आहेत? संरक्षण कसे आहे? याची माहिती घेतली होती. त्यामुळे नंतर सुरत लुटणे सोपे झाले होते. येथे मिळालेले धन महाराजांनी स्वराज्य तसेच सुराज्यासाठी वापरले. बहिर्जी नाईक यांची समाधी आमच्या सावळज गावापासून जवळच साधारण वीस किलोमीटरवर 'बाणूरगड' नावाच्या किल्ल्यावरती आहे. हे ठिकाण खानापूर तालुक्यामध्ये येते. या किल्ल्यावर संभाजी महाराज येऊन गेल्याची इतिहासात नोंद आहे.

मराठी तरुण-तरुणींनी येथे अवश्य भेट द्यावी. स्वराज्याचा आणि महाराजांचा कर्तव्यनिष्ठ इमानदार सेवक येथे चिरकाल निद्रा घेत आहे. समाधीचे दर्शन घेताच देशासाठी काहीतरी करावे ही तुमची भावना जागी होईल. जवळच शुक्राचार्यांचे सुंदर असे प्राचीन मंदिर डोंगरातील दरीत आहे. येथे अनेक भक्त-पर्यटक भेट देतात. डोंगरातून येणारे पाणी, झाडी आणि परिसर अतिशय सुंदर आहे.

बहिर्जी नाईक यांच्या समाजातीलच परंतु इंग्रजांच्या काळातील एक मोठे क्रांतिकारक उमाजी नाईक पुरंदरच्या परिसरात राहत होते. त्यांच्याकडे फौज असल्यामुळे इंग्रज घाबरून होते. मी बारा वर्षांपूर्वी पुरंदर पाहण्यासाठी गेलो होतो. फलटण-पुणे बसने सासवडला उतरलो, तिथून नारायणपूरला आलो. नारायणपुरात आल्यावर तिथे एक जणाला मी 'पुरंदराकडे जायचा रस्ता कोठे आहे', असे विचारले. त्यांनी माझे नाव-गाव विचारले. त्यानंतर मला त्यांनी सर्व माहिती दिली.

ते म्हणाले, "इंद्र देवालाच पुरंदर म्हणतात." मी विचारले, "क्रांतिकारक उमाजी नाईकांचे गाव कोणते?" ते म्हणाले, "उमाजी शूरवीर होता. त्यांच्या घराण्याकडेच पुरंदरच्या संरक्षणाची जबाबदारी होती; परंतु इंग्रजांनी ती काढून घेतली. उमाजी म्हणजे दुसरा शिवाजी तयार होईल यासाठी उमाजीला पकडून पुण्यात फाशी दिले. त्याचे प्रेत तीन दिवस झाडाला लटकवलेले होते."

मी म्हणालो, "इंग्रज आपले शत्रूच होते. त्यामुळे ते तसेच करणार आणि वागणार."

माझ्याशी बोलत बोलत त्यांनी मला पुरंदरचा रस्ता दाखवला. नंतर मी त्यांना विचारले, "आपण नारायणपूरचे आहात काय?" तर ते म्हणाले, "मी सोनोरी गावाचा शेतकरी आहे. इकडे कामासाठी आलो आहे." त्यावर मी म्हणालो, "मामा, मी आपला आभारी आहे. पुन्हा भेटू."

आपल्या देशाला स्वातंत्र्य मिळून १५ ऑगस्ट २०२२ ला ७५ वर्षे पूर्ण झाली आहेत. त्यामुळे स्वातंत्र्याचा अमृत महोत्सव देशातील सर्व नागरिक साजरा करत आहेत. 'हर

घर तिरंगा' हे सरकारी अभियान राबवले गेले आहे.

वाचक मित्रहो, या पुस्तकाच्या शेवटी रेशन कार्डबद्दल पुन्हा एकदा सांगतो. दुबार, नवीन किंवा विभक्त असे कोणतेही रेशन कार्ड काढायचे असेल, तर 'नमुना १' हाच अर्ज तीनही प्रकारांसाठी चालतो. त्याच्या मागे तीन प्रकारची कार्यालयीन टिपणी दिलेली असते. त्यामुळे रेशन कार्डचा जो प्रकार असेल, ती टिपणी 'नमुना १'ला जोडावी. म्हणजे त्या प्रकाराचा अर्ज तयार होतो. तसेच घरातील सून/सुना, मुलांचे नाव वाढवायचा अर्ज आणि कोणाचा मृत्यू झाल्यास नाव कमी करायच्या अर्जाचे नमुने दिले आहेत. तसेच तुम्हाला तलाठी, ग्रामसेवक किंवा आणखी कोणाकडून काही सरकारी माहिती पाहिजे असेल, तर माहिती अधिकाराचा अर्जही दिलेला आहे. त्याला दहा रुपयाचे कोर्ट फी स्टॅम्प तिकीट लावून कोणत्या विषयाची आणि स्वरूपाची माहिती पाहिजे ते अर्जात लिहावे. माहितीचा विषय मोठा असल्यास आणखी एक जादा पान जोडावे.

समजा, तलाठी किंवा ग्रामसेवकाने तुमच्या अर्जाला समाधानकारक उत्तर दिले नाही, तर दुसरा अपील करायचा अर्ज मंडल अधिकारी आणि पंचायत समितीमधील गटविकास अधिकारी यांच्याकडे अनुक्रमे द्यावा. अशा प्रकारे कोणत्याही सरकारी अधिकाऱ्याकडून शासकीय माहिती मागवता येते. माहिती अधिकाराचा कायदा हे नागरिकांना लोकशाही राजवटीतील मिळालेले उत्तम फळ आहे. हुकूमशाहीत असे मिळत नसते. माहिती अधिकाराचा वापर करताना पायरी-पायरीनेच खालून सुरुवात करावी. एकदम वरिष्ठ पातळीवर जाऊ नये. वाचकांनी गरजेनुसार मागे जोडलेल्या अर्जाची झेरॉक्स काढावी, नंतर सरकारी कामासाठी ती वापरावी.

भारत देश स्वतंत्र करायला ज्या ज्ञात-अज्ञात क्रांतिकारकांनी आपल्या संसाराची होळी केली, जिवांचे बलिदान दिले, त्याग केला, इंग्रजांची मारहाण, छळ निमूटपणे सहन केला, त्या भारतमातेच्या सर्व क्रांतिकारकांना माझे कायमचे अभिवादन! क्रांतिकारक होते, त्यांनी क्रांती केली, म्हणून आपण स्वातंत्र्याची ७५ वर्षे पूर्ण झाल्याचा अमृत महोत्सव साजरा करत आहोत.

लोकमान्य टिळक, लाला लजपतराय, सरदार वल्लभभाई पटेल, महात्मा गांधी, डॉ. सुभाषचंद्र बोस, विनायक सावरकर, भगतसिंग-राजगुरू-सुखदेव, चाफेकर बंधू, लहुजी वस्ताद, वासुदेव फडके, उमाजी नाईक, यशवंतराव चव्हाण, वसंतदादा पाटील, नाना पाटील, नागनाथ नायकवडी, जी. डी. बापू लाड, मामासाहेब पवार, रामानंद भारती, धोंडिराम बापू माळी, रघुनाथ केडगे या सर्व लहान मोठ्या क्रांतिकारकांना अभिवादन! आपला देश मोठा असल्याने आणि क्रांतिकारकही भरपूर असल्याने जागेअभावी सर्वांची नावे देणे शक्य होणार नाही. याविषयी क्षमा असावी.

देशातील विशेषतः महाराष्ट्रातील सर्व प्राथमिक, माध्यमिक कॉलेजचे शिक्षक-प्राध्यापक यांना माझी नम्र विनंती आहे, की देशात पुढील पिढी चांगली घडावी, चांगल्या विचारांचे तरुण-तरुणी घडावेत, देशाची समाजाची सेवा करणारे, देशाला महासत्ता करणारे, बलसागर करणारे तरुण तयार व्हावेत, यासाठी मुले-मुली-नागरिक अशा सर्वांसाठी मी एक प्रतिज्ञा तयार केली आहे. कृपया ही प्रतिज्ञा दरवर्षी मुलांच्याकडून लिहून घ्यावी आणि त्यावर पालकांची सही घ्यावी. सर्व मुला-मुलींची प्रतिज्ञापत्रे लिहून घेऊन एकत्र करून ती आपल्या कार्यालयात ठेवावीत.

■■■

प्रतिज्ञा

मी भारतमातेचा नागरिक असून मी भविष्यामध्ये जर सरकारी नोकरी करणार असेल तर ती देशासाठी-समाजासाठी प्रामाणिकपणे करेन. शासकीय फीशिवाय कोणतेही जादा नियमबाह्य पैसे घेणार नाही. माझे कर्तव्य मी चोख पार पाडेन. मी जर व्यापार-शेती करणार असेल तर तीही चांगल्या मार्गाने प्रामाणिकपणे करेन. माझ्याकडून कोणतेही बेकायदेशीर काम किंवा गुन्हेगारीचे काम होणार नाही. तसेच कोणतेही व्यसन मी करणार नाही. पालक, गुरुजन यांच्या आज्ञेत राहून मी नोकरी-व्यवसाय-शेती करेन. भारतमातेला जगात महासत्ता करण्याचे ध्येय घेऊनच माझी पुढची वाटचाल राहील.

पालकांची सही   विद्यार्थ्यांची सही
नाव   नाव

वाचकमित्रहो, मुलांनी,पालकांनी वरील प्रतिज्ञा घरीच लिहून शिक्षकाकडे - प्राध्यापकाकडे पाठवली तरी उत्तमच आहे. शेवटी ज्ञान हे अमृत आहे तसेच ते वाघिणीचे दूधही आहे. फक्त ते तुम्हाला पचवता आले पाहिजे. कायद्याचा साधारण अभ्यास करून तुम्ही तुमच्यावर झालेला आरोप खोटे ठरवण्यासाठी कोणत्याही कोर्टात तुम्ही तुमची बाजू वकील न घेता मांडू शकता. विरोधी वकिलाने उभे-आडवे-तिरके-उलटे-सुलटे कसेही प्रश्न विचारू दे, मी उत्तर द्यायला समर्थ आहे. असे तुम्ही आवाहन दिले तर विरोधी वकीलही दचकेल. तुमची कायदेशीर बाजू तुम्ही सफाईदारपणे मांडून तुम्ही निर्दोष असल्याचे सिद्ध करू शकता. वकील दिलाच पाहिजे, असा काही कायदा नाही. आपली वकिली आपणच करायची. याला न्यायालयाची काही हरकत नसते. फक्त तुमची ज्ञानाची पातळी वकिलाच्या बरोबरीची पाहिजे.

यासाठी समाजातील प्रत्येक तरुण-तरुणींनी विविध लेखकांची विविध विषयावरची पुस्तके वाचावीत. ज्ञानाची पातळी वाढवावी. वरील कोर्टाचे एक उदाहरण दिले आहे. ''ही कादंबरी मी दहावेळा वाचली आहे. यावर भाऊसाहेब पेशवे यांचा पराभव का होतो यांची कारणे तुम्ही शोधून काढा म्हणजे तुम्हाला आपल्यात काय कमी आहे ते समजेल.

हरीयानामध्ये ावर अहमद शहा विरुद्ध भाऊसाहेब पेशवे व मराठे अशी मोठी लढाई मकरसंक्रांतीच्या दिवशी झाली. महाराष्ट्रातील जवळपास घरटी एक मराठी सैनिक येथे धारातीर्थ पडला आहे. सर्व वाचकांनी अभ्यासू नजरेने परत एकदा वाचावे. नंतर मराठी माणसामध्ये काय गुण-दोष आहेत, ते मोबाईलवर किंवा पोस्टाने माझ्याकडे पाठवावे.

नवीन पिढी येथे जुनी पिढी काळाच्या पडद्याआड जाते. कारण काळ कोणासाठी थांबत नाही. भारतमातेचे स्वातंत्र्य सर्व पिढीने कोणतीही किंमत मोजून जपले पाहिजे. देश विघातक व आक्रमण करणारी कोणतीही शक्ती मोडून काढली पाहिजे प्रत्येक तरुण तरुणीमध्ये क्रांतिकारकाचे रक्त व विचार असले पाहिजे. आपला तिरंगा दिल्ली-मुंबई-पुणे प्रत्येक शहरात कायमचा फडकत रहावा. खरेतर तो प्रत्येक भारतीय नागरिकांच्या मनातच फडकला पाहिजे. म्हणजे खाली उतरण्याचा विषयच येत नाही.

शेवटी मानवी जीवन प्रत्येकाने चांगल्या मार्गाने जगावे वाईट मार्गाने जगायला फार हुशारी लागत नाही जगात प्रत्येकाला त्याच्या चांगल्या व वाईट कर्माचे फळ मिळते ते कोणालाही चुकत नाही.

वाचकमित्र, मंडळी सर्वाचा निरोप घेऊ या.

जयहिंद! जय महाराष्ट्र भारत माता की जय.

माझा भारत महान !

■■■

नमुना - १

क्रमांक XXXXX ....

शिधावाटप क्षेत्र/गाव : ...., विभाग/तालुका : ...., परिमंडळ/जिल्हा : ....

नवीन पुरवठापत्रिकेसाठी / शिधापत्रिकेसाठी अर्ज (कुटुंब प्रमुखाने भरावा)

कोड क्रमांक : ...., अनुक्रमांक : ...., नोंदणी क्रमांक : ....

ताकीद : १. पुरवठापत्रिका / शिधापत्रिका मिळण्यासाठी खोटी माहिती देणे हा दाखलपात्र गुन्हा असून, खोटी माहिती देणाऱ्याविरुद्ध फौजदारी कारवाई केली जाईल.

२. अर्जात दिलेली कोणतीही माहिती बरोबर नसल्याचे आढळून आल्यास पुरवठा/शिधापत्रिका रद्द करण्यात येईल व नागरी पुरवठ्याचे कोणतेही लाभ मिळणार नाहीत.

३. संपूर्ण तपशील नमुन्यानुसार न दिल्यास अर्ज स्वीकारला जाणार नाही.

एक : अर्जदाराने संपूर्ण नाव - श्री/श्रीमती/सौ ....

आडनावाने सुरुवात करावी (आडनाव) (नाव) (मधले नाव)

वय : .... वर्षे, नागरिकत्व : ....

पूर्ण निवासी पत्ता : मु.पो. .... ता. .... जि. ....

....

अ. नं.	अर्जदार व अर्जदाराव्यतिरिक्त कुटुंबातील घटक म्हणून अर्जदाराकडे सामान्यतः राहणाऱ्या व्यक्तींची नावे (घरातील नोकर वगळून)	अर्जदाराशी नाते	वय वर्षे	नागरिकत्व	व्यवसाय व वार्षिक उत्पन्न	आधारकार्ड क्रमांक	बँक खाते क्रमांक
	१	२	३	४	५	६	७
१							
२							
३							
४							
५							
६							
७							
८							

तीन : इतर माहिती (ही माहिती भरताना कुटुंब प्रमुखासह कुटुंबातील सर्व व्यक्तिसंबंधाने भरावी.)

१. कुटुंबातील सर्व व्यक्तीने सर्व मार्गाने मिळणारे एकूण वार्षिक उत्पन्न : रूपये ....

२. कुटुंबातील सर्व व्यक्तीकडून भरला जाणारा एकूण व्यवसाय कर : रूपये ....
(प्रोफेशनल टॅक्स / आयकर / विक्रीकर/ (विक्रीकर क्रमांक)

३. भ्रमणध्वनी क्रमांक : ....

४. घरगुती / स्वयंपाकाचा गॅस आहे काय? : होय / नाही
गॅस ग्राहक क्रमांक गॅसवितरकाचे नाव व पत्ता

५. पुरवठापत्रिका/ शिधापत्रिकेवर अन्नधान्य मिळविण्याचा : होय / नाही
हक्क स्वेच्छेने सोडू इच्छिता काय?

चार : नवीन पुरवठा/ शिधापत्रिकेवर अन्नान्य मिळवण्यासाठी निवासासंबंधीचा पुरावा म्हणून खालीलपैकी आवश्यक कागदपत्रांची पूर्तता करावी.

१. घरभाडे पावती

२. नजीकच्या महिन्यातील वीज बील

३. निवासाचा इतर कोणताही दाखला किंवा पुरावा

पाच : मी असे जाहीर करतो की, उपरोक्त दोन, तीन व चारमध्ये दिलेल्या माहितीत कोणत्याही प्रकारचा बदल झाल्यास मी ती बाब तत्काळ पुरवठा पत्रिका/शिधापत्रिका वितरित करणाऱ्या सक्षम प्राधिकाऱ्याच्या निदर्शनास आणून देईन.

सहा : मी असेही जाहीर करतो की, माझ्याजवळ अनुक्रमांक एकांकासाठी मंजूर केलेली पुरवठापत्रिका/शिधापत्रिका आहे/होती.

सात : मी प्रस्तुत अर्जात नमूद केलेल्या मजकुरासंबंधी आणि ज्या पुरवठा/ शिधापत्रिकेसाठी अर्ज केलेला आहे. त्या पुरवठा/ शिधापत्रिकेसंबंधी चौकशी करण्याची परवानगी देईन. अशी पुरवठा / शिधापत्रिका ही सरकारी मालमत्ता आहे याची मला जाणीव आहे जिल्हाधिकाऱ्यांकडून / नियंत्रकांकडून किंवा त्यांनी अधिकारी दिलेल्या अधिकाऱ्यांकडून तिची मागणी करण्यात येईल तेव्हा मी ती त्यांच्या स्वाधीन करीन.

दिनांक : / / **पडताळले व बरोबर आढळले** **अर्जदाराची स्वाक्षरी/अंगठ्याचा ठसा**

निरीक्षक **निरीक्षक**

शिधावाटप क्षेत्र

नमुना आठ

कौटुंबिक शिधापत्रिकेच्या युनिटमध्ये कायम वाढ करण्याकरिता अर्ज

अर्ज No.XYZ

अनुक्रमांक

ताकीद : या अर्जात कोणतेही खोटे निवेदन केल्यास आणि ते खोटे असल्याचे आढळून आल्यास त्याबद्दल शिक्षा होईल.

मी ...., वय : ....वर्षे, राहणार : ....
        (नाव प्रथम आडनाव)

अर्जदाराचा निवासी पत्ता : ....

....

(एक) दुकान क्रमांक................, संदर्भ क्रमांक ....येथे नोंदविण्यात आलेली माझी शिधापत्रिका क्रमांक .... या मध्ये या (व्यक्तीच्या) नावाचा समावेश करण्यात यावा.

अ. नं.	अर्जदाराशी नाते	वय	व्यवसाय	आगमनाची तारीख	अधिक मुक्कामाची संभाव्य मुदत	आधार कार्ड	बँक खाते क्रमांक
१							
२							
३							

(दोन) खालील मुलांच्या वयांची सहा वर्षे पूर्ण झाल्याकारणाने दुकान क्रमांक.................
संदर्भ क्रमांक .... येथे नोंदविण्यात आलेली माझी शिधापत्रिका क्रमांक.................
यावर ज्यादा युनिट्स मिळावीत.

अ. नं.	नाव	अर्जदाराशी नाते	जन्मतारीख
१			
२			
३			

(तीन) वर उल्लेख करण्यात आलेल्या कोणत्याही इसमाचा समावेश कौटुंबिक शिधापत्रिकेसाठी केलेल्या कोणत्या कौटुंबिक शिधापत्रिकेमध्ये किंवा आस्थापनेच्या शिधापत्रिकेसाठी कोणत्याही अर्जात किंवा कोणत्याही आस्थापनेच्या शिधापत्रिकेमध्ये करण्यात आलेला नाही. मात्र वरील परिच्छेद दोनमध्ये निर्दिष्ट करण्यात आलेल्या मुलाचा/मुलाचा माझ्या शिधापत्रिकेत समावेश करण्यात आलेला आहे.

(चार) मी असे जाहीर करतो की वरील सर्व निवेदने माझ्या माहितीप्रमाणे बरोबर आहेत.

दिनांक :   /   /   अर्जदाराची सही किंवा अंगठ्याचा तसा

शिधावाटप निरीक्षकाचे प्रतिवृत्तः

१.   दिनांक :   /   /   रोजी .... येथील जागांना भेट दिली.

२.   अर्जामधील माहिती बरोबर आहे किंवा अन्य प्रकारची असल्यास त्याबाबत माहिती................

३.   साहाय्यक शिधावाटप अधिकाऱ्याचे त्याचे आदेश :

     .... प्रौढ आणि .... मुले यांचा समावेश करण्यास परवानगी देण्यात येत आहे. मुलांच्या वयाला सहा वर्ष पूर्ण झाल्यामुळे / अति शारीरिक श्रमाचे काम करीत असल्यामुळे .... पासून .... पर्यंत युनिट्सच्या संख्येत वाढ करावी. .... युनिट्सपासून ....युनिटपर्यंत वाढ करण्यास परवानगी देण्यात आली आहे. शिधापत्रिका कमांक...................... मिळाले ....युनिट्स.

दिनांक :   /   /   अर्जदाराचा सही / अंगठ्याचा ठसा

नमुना आठ
(ही स्थळप्रत काळजीपूर्वक जपून ठेवावी हरवल्यास विलंब लागेल.)

शिधावाटप क्षेत्र गाव   अनुक्रमांक

ही स्थळप्रत........................ रोजी सादर करावी. शिधापत्रक क्रमांक................ मिळाली.

दिनांक :   /   /   शिधावाटप नियंत्रक .... शिधावाटप क्षेत्र यांच्याकरिता.

नमुना ९

क्षेत्र / गांव : ...., शिधावाटप क्षेत्र / तालुका : ....

कौटुंबिक शिधापत्रिकेतील युनिटस् कायम स्वरूपात कमी करण्याकरिता अर्ज

अनुक्रमांक : ....   अर्ज No XYZ

ताकीद : १. कोणतेही खोटे निवेदन केल्यास आणि ते खोटे असल्याचे आढळून आल्यास त्याबद्दल
शिक्षा होईल.

२. अर्जात देण्यात आलेली कोणतीही माहिती खोटी असल्याचे आढळून आल्यास
शिधापत्रिका रद्द करण्यात येईल.

३. हा अर्ज सादर करताना कौटुंबिक शिधापत्रिका सादर करावी.

मी (नाव प्रथम आडनांव) .... वय : ....वर्षे,

अर्जदाराचा पूर्ण निवासी पत्ता : मु.पो. ....

....

(एक) दुकान क्रमांक : .... संदर्भ क्रमांक : ....

येथे नोंदविण्यात आलेला माझी शिधापत्रिका क्रमांक : ....
मधून पुढील इसमाची नावे वगळण्याकरिता अर्ज करीत आहे.

अ. क्र.	नांव (अ)	अर्जदाराशी नाते (ब)	वय (क)	व्यवसाय (ड)	निघून गेल्याची किंवा मृत्यूची तारीख (इ)	निघून जाण्याबाबतीत विद्यमान निवासाचे ठिकाण (फ)
१						
२						
३						
४						
५						
६						
७						

मी असे जाहीर करतो की, वर करण्यात आलेले सर्व निवेदने ही माझ्या माहितीप्रमाणे विश्वासाप्रमाणे बरोबर आहेत.

दिनांक : / /   अर्जदाराची सही

.... प्रौढांची आणि मुलांची संख्या कमी करण्यास परवानगी देण्यात येत आहे. युनिटची संख्या .... युनिटपासून युनिटपर्यंत कमी करण्यात यावी.

शिधावाटप अधिकारी   साहाय्यक शिधावाटप अधिकारी

नमुना - ९
(स्थळप्रत)

शिधापाटप क्षेत्र / गाव : ....   नोंदणी क्रमांक : ....

शिधापत्रिका क्रमांक : ....   संदर्भ क्रमांक : ....

यामधून खालील इसमांची नावे

१. ....   ४. ....

२. ....   ५. ....

३. ....   ६. ....

आणि .... पासून .... पर्यंत युनिटस् कमी करण्यात आली आहेत.

शिधावाटप अधिकाऱ्याची सही   साहाय्यक शिधावाटप अधिकाऱ्याची सही

(टीप राज्याच्या दुसऱ्या शिधावाटप क्षेत्रामध्ये नवीन शिधापत्रिकेसाठी किंवा जुन्या कौटुंबिक पत्रिकेमध्ये नावे नमूद करण्यासाठी आली पाहिजे.)

कौटुंबिक पुरवठा कार्डावरील युनिटची संख्या कमी केलेला दाखला

दाखला देणेत येतो की,

खाली नमूद केलेले श्री.. यांचे

कौटुंबिक कार्ड क्रमांक .... एकूण .... युनिटचे असून, सरकारमान्य

रास्त दराचे धान्य दुकान .... तालुका .... येथील

'इ' रजिस्टरला क्रमांक .... येथे नोंदलेले असून आता तो रद्द / त्यामधील ....

युनिटस् कमी करणेत आले आहे आणि ते ज्या ठिकाणी जातील त्या ठिकाणी त्यांना युनिटचे कौटुंबिक

पुरवठा कार्ड / युनिट्स पुरवठा कार्डात वाढवून देणेस इकडील हरकत नाही.

अ.नं.	पुरवठा कार्डावरील इसमाची नांवे	वय	रद्द केलेली युनिटस्
१)			
२)			
३)			
४)			
५)			
६)			

तहसील कार्यालय, तासगांव

क्र. / पुरवठा/एसआर/ /२०

दिनांक : / /

तहसीलदार

दिनांक :   /   /

विषय : दुबार शिधापत्रिका देणेबाबत

मा. तहसिलदार सो, यांना सविनय सादर,

प्रस्तावना

श्री./सौ./श्रीमती ....रा. .... यांचा दिनांक :   /   / २० रोजी या कार्यालयाकडे अर्ज करून दुबार शिधापत्रिका मागणी केली आहे. त्यानुसार सदर प्रकरणाची खालील मुद्देनिहाय चौकशी करून घेतले आहे, त्याचा तपशील खालीलप्रमाणे आहे.

अ.नं.	कागदपत्राचा तपशिल	शेरा
१	नवीन शिधापत्रिकांसाठी विहित नमुन्यातील अर्ज (त्यासोबत अर्जदाराचा स्वाक्षरी केलेला फोटो आवश्यक)	आहे / नाही
२	आधार कार्ड	आहे / नाही
३	अ. शिधापत्रिकेवरील मयत व्यक्तीचे नाव कमी करताना मृत्यूचा दाखला ब. लहान मुलांचे वाढविताना जन्माचा दाखला किंवा बोनाफाईड / शाळा सोडलेचा दाखला अथवा आधारकार्ड / मतदान ओळखपत्र क. विवाहित स्त्री या बाबतीत वडिलांच्या शिधापात्रिकेतून नाव कमी केल्याचे संबंधित तहसीलदारांचे प्रमाणपत्र	आहे / नाही
४	तलाठी यांचा चालू वर्षाचा उत्पन्न दाखला	आहे / नाही
५	जीर्ण झालेले मूळ कार्ड / मूळ कार्ड हरविलेबाबतचे प्रतिज्ञापत्र	आहे / नाही
६	जीर्ण झालेले मूळ कार्ड हरविलेबाबतचे पोलीस स्टेशनचे प्रमाणपत्र	आहे / नाही
७	रेशम कार्डाचे सद्यस्थितीबाबत संबंधित रास्तभाव दुकानदाराचा दाखला	आहे / नाही
८	नवीन पिढीचा अर्ज प्राप्त झालेनंतर त्यांची नोंदणी रजिस्टरमध्ये करून त्याला आवक क्रमांक देणेत आले आहे काय?	होय / नाही
९	नवीन शिधापत्रिका देताना नोंदवहीत नोंद केले आहे काय? त्याचा क्रमांक नमूद करावा.	होय / नाही
१०	नवीन शिधापत्रिकेसाठी अर्ज करताना अर्जदाराचा फोटो त्याच्या स्वाक्षरीसह घेऊन तो शिधापत्रिका वितरीत करताना त्यावर चिकटविला आहे काय?	होय / नाही
११	अभिप्राय	

लिपिक **अ. का.** **नि. ना. तह**

नमुना पंधरा

हरवलेल्या/चोरीस गेल्यास/ खराब झालेल्या शिधापत्रिकेच्या बाबतीत तिची दुसरी प्रत मिळण्यासाठी अर्ज

क्षेत्र / गाव .... शिधावाटप क्षेत्र / तालुका

कोड क्रमांक....................... अनुक्रमांक ....

ताकीद : १) कोणतेही खोटे निवेदन केल्यास आणि ते खोटे असल्याचे आढळून आल्यास त्याबद्दल शिक्षा होईल.

२) फाटलेल्या/खराब झालेल्या शिधापत्रिकाच्या बाबतीत या अर्जासोबत जुनी शिधापत्रिका जोडणे आवश्यक आहे.

(एक) मी, ... वय......... राहणार..................
(नाव, प्रथम आडनाव)

प्राधिकृत शिधावाटप दुकान .... संदर्भ नोंदणी पुस्तक क्रमांक

.... येथे नोंदविण्यात आलेली माझी कौटुंबिक शिधापत्रिका.................. दिनांक...........

रोजी हरवल्यामुळे / चोरीस गेल्यामुळे / फटल्यामुळे / खराब झाल्यामुळे आणि ती प्राप्त करण्याचे सर्व

प्रयत्न निष्फळ ठरल्यामुळे, शिधापत्रिकेची दुसरी प्रत मिळण्यासाठी अर्ज करीत आहे.

(दोन) नवीन शिधापत्रिका मिळेल तेव्हा मी त्या पत्रिकेची त्याच प्राधिकृत शिधावाटप दुकानात

म्हणजे.................................येथे नोंदणी करीन.

(तीन) मालकाचे/धंद्याचे नाव आणि त्याचा / धंद्याच्या ठिकाणचा पत्ता ....

....

(चार)

कुटुंबातील घटक म्हणून, अर्जदाराबरोबर जो / जी / जे सामान्यतः रहात असेल/असतील अशा अर्जदाराखेरीज करून इतर इसमाचे / इसमांची नाव / नावे	अर्जदाराशी नाते	वय	व्यवसाय	आधारकार्ड क्रमांक	बँक खाते क्रमांक

(पाच) माझी जुनी शिधापत्रिका क्रमांक.. याव्यतिरिक्त कोणत्याही कौटुंबिक / आस्थापना शिधापत्रिकेसंबंधीच्या अर्जामध्ये किंवा कौटुंबिक / आस्थापना शिधापत्रिकेमध्ये, वर उल्लेख करण्यात आलेल्या इसमांपैकी कोणत्याही इसमाचा समावेश करण्यात आलेला नाही.

(सहा) हरविलेली शिक्षापत्रिका सापल्यास मी ती त्वरीत परत करीन.

(सात) मी असे जाहीर करतो की, वरील सर्व निवेदने ही माझ्या पूर्ण माहितीप्रमाणे व विश्वासाप्रमाणे बरोबर आहेत.

अर्जदाराची सही/ अंगठ्याचा ठसा

दिनांक : / /

खराब झालेल्या / फाटलेल्या शिधापत्रिकेबाबतीत माहिती प्राधिकृतशिधावाटप दुकानाकडून प्राप्त करण्यात यावी.

शिधापत्रिका क्रमांक. ....संदर्भ क्रमांक..................... प्राधिकृत शिधावाटप दुकान कमांक...................... युनिटस्................

प्राधिकृत शिधावाटप दुकानदाराचा शिक्का व सही

नमुना पंधरा

(स्थळप्रत)

क्षेत्र / गाव...शिधावाटप क्षेत्र / तालुका.................

कोड क्रमांक... अनुक्रमांक.............................

स्थळप्रत सादर करावयाची तारिख..........................

शिधापत्रिका कमांक...मिळाली.

दिनांक :   /   /

शिधावाटप नियंत्रक
शिधावाटप क्षेत्र यांच्याकरिता

• येथे शिधावाटप क्षेत्राचे नाव नमूद करावे.

कार्यालयीन टिपणी

पुरवठा शाखा

दिनांक : / /२०

विषय :- नवीन शिधापत्रिका देणेबाबत

श्री / सौ. / श्रीमती : ______________________ राहणार ______________

यांचा दिनांक / /२० रोजीचा अर्ज.

मा. तहसीलदार सो, यांना सविनय सादर

प्रस्तावना

श्री / सौ. / श्रीमती : ______________________ राहणार ______________

यांनी दिनांक / /२० रोजी या कार्यालयाकडे अर्ज करून नवीन शिधापत्रिका मागणी केली आहे. त्यानुसार सदर प्रकरणाची खालील मुद्देनिहाय चौकशी करून घेतली आहे. त्याचा तपशील खालीलप्रमाणे आहे.

अ.नं.	कागदपत्राचा तपशील	शेरा
१)	नवीन शिधापत्रिकासाठी विहित नमुन्यातील अर्ज (त्यासोबत अर्जदाराचा स्वाक्षरी केलेला फोटो आवश्यक)	आहे / नाही
२)	अर्जदाराचा पत्ता पडताळणीसाठी निवासस्थानाची भाडेपावती, निवासस्थानाच्या मालकीबद्दलचा पुरावा किंवा भाड्याने राहत असल्यास मालकासोबत केलेला भाडेकरार	आहे / नाही
३)	LPG पुस्तिकेच्या पहिल्या पानाची झेरॉक्स (सुस्पष्ट जोडणी क्रमांकासह)/कुटुंबातील कोणाच्याही नावे कोठेही गॅस कनेक्शन नसलेबाबतचे प्रतिज्ञापत्र	आहे / नाही
४)	मतदार ओळखपत्र/ड्रायव्हिंग लायसन्स/ बँक पासबुक / विजेचे देयक / टेलिफोन/मोबाईल देयक ओळखपत्र (कार्यालयीन/इतर) यापैकी कोणतेही दोन पुरावे	आहे / नाही
५)	आधारकार्ड	आहे / नाही
६)	अ. शिधापत्रिकेवरील मयत व्यक्तीचे नाव कमी केलेचा मृत्यूचा दाखला	आहे / नाही
	ब. लहान मुलांचे नाव वाढविताना जन्माचा दाखला किंवा बोनाफाईड शाळा सोडलेचा दाखला अथवा आधारकार्ड / मतदान ओळखपत्र	आहे / नाही
	क. विवाहित स्त्री च्या बाबतीत तिच्या वडिलांच्या शिधापत्रिकेतून नाव कमी केलेचे संबंधित तहसीलदारांचे प्रमाणपत्र	आहे / नाही
७)	अर्जदाराचे महाराष्ट्रात कोठेही रेशनकार्ड नसलेबाबत कोणाच्याही कार्डात नाव नसलेबाबत व आजपर्यंत रेशनकार्ड का काढले नाही याचे खुलाशासह रु. १००/- स्टॅम्पवर विहित नमुन्यातील प्रतिज्ञापत्र / शपथपत्र	आहे / नाही
८)	अर्जदाराचे महाराष्ट्रात कोठेही रेशनकार्ड नसलेबाबत, कोणाच्याही कार्डात नाव नसलेबाबत व आजपर्यंत रेशनकार्ड का काढले नाही याबाबत तलाठी यांना दाखला	आहे / नाही
९)	अर्जदाराचे महाराष्ट्रात कोठेही रेशनकार्ड नसलेबाबत, कोणाच्याही कार्डात नांव नसलेबाबत गावातील रास्तभाव दुकानदाराचा दाखला / दुकानदाराचे दाखले.	आहे / नाही
१०)	अर्जदाराचा महाराष्ट्रातील वास्तव्य / अधिवासाचा पुरावा	आहे / नाही
११)	तहसीलदार यांचा चालू वर्षाचा उत्पन्न दाखला.	आहे / नाही
१२)	नवीन शिधापत्रिका मागणी अर्जदार यांनी पती-पत्नी यांच्या संयुक्त बँक खातेची झेरॉक्स (कोअर बँकिंगची सुविधा असणारी बँक)	आहे / नाही
१३)	अर्जदार यांचे वडील व भाऊ यांचे रेशनकार्डाची, झेरॉक्स प्रत	आहे / नाही
१४)	नवीन शिधापत्रिकेसाठी अर्ज प्राप्त झालेनंतर त्यांची नोंदणी रजिस्टरमध्ये करून त्याला आवक क्रमांक देणेत आला आहे काय?	होय / नाही
(१५)	अर्जदाराने नवीन शिधापत्रिकेसाठी अर्ज केल्यावर अर्जावरील पत्त्यावर प्रत्यक्ष भेट देऊन पत्ता खरा व बरोबर असल्याची खातरजमा निरीक्षकांनी संबंधितास पूर्व सूचना देऊन अर्जदाराने दिले अर्जातील पत्त्यावर राहत असल्याचे व त्याचे कुटुंब त्या ठिकाणी स्वतंत्रपणे स्वयंपाक करीत असल्याची खातरजमा केली असल्यास संबंधिताचे घरी भेट दिल्याची तारीख वेळ नमूद केली आहे काय? (चौकशी अधिकाऱ्याचा स्वयंस्पष्ट अहवाल)	होय / नाही
१६)	नवीन शिधापत्रिका देताना नोंदवहीत नोंद केले आहे काय? त्याचा क्रमांक नमूद करावा.	होय / नाही
१७)	नवीन शिधापत्रिका देताना शिधापत्रिकेची ERCMS मध्ये नोंद घेतली आहे काय?	होय / नाही
(१८)	नवीन शिधापत्रिकेसाठी अर्ज करताना अर्जदाराचा फोटो त्याच्या स्वाक्षरीसह घेऊन तो शिधापत्रिका वितरीत करताना त्यावर चिकटविला आहे काय?	होय / नाही
१९)	अभिप्राय	

लिपिक **पु. अ.का./पु.नि.** **नि.ना. तह** **तहसीलदार**

कार्यालयीन टिपणी

पुरवठा शाखा
दिनांक : / / २०१८

विषय :- विभक्त शिधापत्रिका देणेबाबत

मा. तहसीलदार सो, यांना सविनय सादर,

प्रस्तावना

श्री / सौ. / श्रीमती : .... रा. .... यांचा दिनांक / / २०१८ रोजी या कार्यालयाकडे अर्ज करून विभक्त शिधापत्रिका मागणी केली आहे. त्यानुसार सदर प्रकरणाची खालील मुद्देनिहाय चौकशी करून घेतले आहे, त्याचा तपशील खालीलप्रमाणे आहे.

अ.नं.	कागदपत्राचा तपशील	शेरा
१	नवीन शिधापत्रिकांसाठी विहित नमुन्यातील अर्ज (यासोबत अर्जदाराचा स्वाक्षरी केलेला फोटो आवश्यक)	आहे / नाही
२	अर्जदाराचा पत्ता पडताळणीसाठी निवासस्थानाची भाडेपावती, निवासस्थानाच्या मालकीचा पुरावा किंवा भाड्याने रहात असल्यास मालकासोबत केलेला भाडेकरार	आहे / नाही
३	LPG पुस्तिकेच्या पहिल्या पानाची झेरॉक्स (सुस्पष्ट जोडणी क्रमांकासह) / कुटुंबातील कोणाच्याही नावे कोठेही गॅस आहे कनेक्शन नसल्याबाबतचे प्रतिज्ञापत्र	आहे / नाही
४	मतदार ओळखपत्र /ड्रायव्हिंग लायसन्स / बँक पासबुक / विजेचे देयेक / टेलिफोन/मोबाईल देयक ओळखपत्र (कार्यालयीन / इतर) यापैकी कोणतेही दोन पुरावे	आहे / नाही
५	आधार कार्ड	आहे / नाही
६	अ. शिधापत्रिकेवरील मयत व्यक्तीचे नाव कमी करताना मृत्यूचा दाखला ब. लहान मुलांचे नाव वाढविताना जन्माचा दाखला किंवा बोनाफाइड / शाळा सोडल्याचा दाखला अथवा आधारकार्ड / मतदान ओळखपत्र क. विवाहित स्त्री च्या बाबतीत तिच्या वडिलांच्या शिधापत्रिकेतून नाव कमी केलेचे संबंधित तहसीलदारांचे प्रमाणपत्र	आहे / नाही
७	अर्जदाराचे विभक्त रहात असलेबाबतचे प्रतिज्ञापत्र / शपथपत्र	आहे / नाही
८	अर्जदार विभक्त रहात असल्याबाबतचा तलाठी यांचा दाखला	आहे / नाही
९	अर्जदाराचा महाराष्ट्रातील वास्तव्य/अधिवासचा पुरावा	आहे / नाही
१०	तहसीलदार यांचा चालू वर्षांचा उत्पन्न दाखला	आहे / नाही
११	अर्जदार पती-पत्नी यांच्या संयुक्त बँक खातेची झेरॉक्स (कोअर बँकिंगची सुविधा असणारी बँक)	आहे / नाही
१२	वडील / भाऊ यांचे मूळ रेशनकार्डांची छायांकित प्रत	आहे / नाही
१३	मूळ कार्ड मालकाचे संमतीपत्र	आहे / नाही
१४	मूळ कार्डांतून नाव / नावे कमी केलेचा तहसीलदार यांचा दाखला	आहे / नाही
१५	नवीन शिधापत्रिकेसाठी अर्ज प्राप्त झाल्यानंतर त्यांची नोंदणी रजिस्टरमध्ये करून त्याला आवक क्रमांक देणेत आले आहे काय?	होय / नाही
१६	अर्जदाराने नवीन शिधापत्रिकेसाठी अर्ज केल्यावर अर्जावारील पत्यावर प्रत्यक्ष भेट देऊन पत्ता खरा व बरोबर असल्याची खातरजमा निरीक्षकांनी संबंधितास पूर्व सूचना देऊन अर्जदाराने दिले अर्जातील पत्यावर राहत असल्याचे व त्याचे कुटुंब त्या ठिकाणी स्वतंत्रपणे स्वयंपाक करीत असल्याची खातरजमा केली असल्यास संबंधिताच्या घरी भेट दिल्याची तारीख वेळ नमूद केले आहे काय? (चौकशी अधिकाऱ्याचा स्वयंस्पष्ट अहवाल)	होय / नाही
१७	नवीन शिधापत्रिका देताना नोंदवहीत नोंद केली आहे काय? त्याचा क्रमांक नमूद करावा.	होय / नाही
१८	नवीन शिधापत्रिकेसाठी अर्ज करताना अर्जदाराचा फोटो त्याच्या स्वाक्षरीसह घेऊन तो शिधापत्रिका वितरीत करताना होय नाही त्यावर चिकटविला आहे काय?	होय / नाही
१९	अभिप्राय	

लिपिक **पु. अ.का./पु.नि.** **नि. ना. तह** **तहसीलदार**

जोडपत्र - अ

(नियम क्र. ३)

(केंद्रीय माहितीचा अधिकार कायदा, २००७)

कोर्ट फी स्टँम्प किंवा रोख चेक या डी. डी. ने अदा करावी.

प्रति.

सक्रिय माहिती अधिकारी __________

(कार्यालयाचे नाव व पत्ता) __________

____

१) अर्जदाराचे संपूर्ण नाव __________

२) पत्ता __________

३) आवश्यक असणाऱ्या माहितीचा तपशील

i) माहितीचा विषय __________

____

ii) ज्या कालावधीच्या माहितीची मागणी केली आहे तो कालावधी __________

iii) मागणी केलेल्या माहितीचे वर्णन

____

____

____

____

____

____

iv) मागणी केलेली माहिती व्यक्तीशः कार्यालयातून घेऊन जाणार की टपालाने पाठवावयाची आहे. (टपालाने हवी असल्यास टपाल खर्च फी मध्ये वाढविला जाईल) __________

v) टपालाने माहिती हवी असल्यास साधे टपाल, नोंदणीकृत (Registered) टपाल किंवा स्पीड पोस्ट)

४) अर्जदार दारिद्र्य रेषेखालील आहे काय? होय / नाही

(असल्यास पुराव्याची छायांकित प्रत जोडावी.)

ठिकाण : __________

आपला विश्वासू,

दिनांक :

जोडपत्र 'ब'

(पहा नियम ५ (१))

येथे रु. २०/- चा न्यायालय
फी मुद्रांक चिकटवावा.

माहितीचा अधिकार नियम, २००५ चा कलम १९ (१) अन्वये अपील.

प्रेषक : (अपीलकाराचे नाव आणि पत्ता) _____

_____

प्रति, (अपील प्राधिकाऱ्याचे / पदनाम / पत्ता) _____

_____

_____

१) अपीलकाराचे संपूर्ण नांव : _____

२) पत्ता : _____

_____

_____

३) शासकीय माहिती अधिकाऱ्याचा तपशील : _____

४) ज्या आदेशाच्या विरुद्ध अपील केले आहे : _____

तो आदेश मिळाल्याचा दिनांक

(जर आदेश पारित झाला असेल तर)

५) अपील दाखल करण्याचा अंतिम दिनांक : _____

६) अपिलाचे कारण / हेतू _____

७) माहितीचा तपशील

(एक) आवश्यक असलेल्या माहितीचे : _____

स्वरुप आणि विषय

(दोन) माहिती ज्या कार्यालयाशी किंवा : _____

विभागाशी संबंधित आहे त्याचे नाव

ठिकाण : _____   अपीलकाराची स्वाक्षरी

दिनांक :

जोडपत्र 'क'

(पहा नियम ५ (२))

येथे रु.२०/- चा न्यायालय
फी मुद्रांक चिकटवावा.

माहितीचा अधिकार नियम, २००५ चा कलम १९ (३) अन्वये अपील,

प्रेषक : (अपीलकाराचे नाव आणि पत्ता)

____

____

प्रति, ________________________

____

१) अपीलकाराचे संपूर्ण नाव : ________________________

२) पत्ता : ________________________

____

____

३) शासकीय माहिती अधिकाऱ्याचा तपशील : ________________________

४) प्रथम अपिलीय प्राधिकाऱ्याचा तपशील : ________________________

५) ज्या आदेशाच्या विरुद्ध अपील केले आहे तो आदेश मिळाल्याचा दिनांक : ________________________

६) अपील दाखल करण्याचा अंतिम दिनांक : ________________________

७) अपिलाचे कारण / हेतू : ________________________

८) माहितीचा तपशील

(एक) आवश्यक असलेल्या माहितीचे स्वरूप आणि विषय : ________________________

(दोन) माहिती ज्या कार्यालयाशी किंवा विभागाशी संबंधित आहे त्याचे नाव : ________________________

ठिकाण : ____________

अपीलकाराची स्वाक्षरी

दिनांक :